టీనేజ్ టిక్ టాక్స్

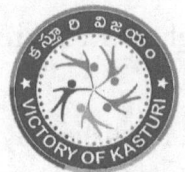

కస్తూరి విజయం
VICTORY OF KASTURI

సంపాదకులు
పద్మజ పామిరెడ్డి

Kasturi Vijayam
All rights reserved
No part of this publication may be reproduced, stored in, or introduced into a retrieval system, or transmitted, in any form, or by any means (electronic, mechanical, photocopying, recording, or otherwise) without the prior written permission of the publisher. Any person who does any unauthorized act in relation to this publication may be liable to criminal prosecution and civil claims for damages.

Teenage TikToks

First Edition: Apr 2024
ISBN (Paperback): 978-81-969150-6-3
Copyright © Kasturi Vijayam.

Published By
Kasturi Vijayam,
3-50, Main Road,
Dokiparru Village -521322
Krishna Dist., Andhra Pradesh, India.

+91 95150 54998.
Email: kasturivijayam@gmail.com

Editors
Padmaja Pamireddy

Books available
@
Amazon (Worldwide), Flipkart

ప్రచురణ కర్త మాట

కస్తూరి విజయం వారి టీనేజ్ టిక్ టాక్స్ ప్రయత్నం ఓ నలభై రోజుల పాటు నడిచినట్టుంది. దాదాపు 70 కథలు వస్తే టీనేజ్ వయసును గౌరవిస్తూనే, సీక్రెట్స్ ఆఫ్ టీనేజ్ రూపంగా 18 కథలు మాత్రమే ఎన్నుకున్నారని భావించవచ్చు. స్వేచ్ఛను అల్లిబిల్లిగా అల్లుకు పోయే తీగ లాంటి టీనేజ్ కు గొప్ప భరోసాను ఇస్తాయి ఈ టీనేజ్ టిక్ టాక్స్ కథలు.

కాలం మార్పును తెస్తుందన్నది సత్యం. ఆధునికతను వాడుకుంటూ కొత్త కథా కథనాల ప్రయత్నాల వల్లనే కొత్త కథలు పుట్టుకొస్తుంటాయి. ఈ కాన్సెప్ట్ కథ సాహిత్యం ఒక వినూత్న ఆలోచన సాహిత్యంలో ఒక రకమైన మూస ధోరణిని మార్చింది అని చెప్పవచ్చు.

ఈ ప్రపంచంలో ప్రతి ఐదుగురిలో ఒకరు కౌమార దశలో ఉన్నవారే. టీనేజ్ అనేది కీలకమైన దశ. ఈ దశలోనే వ్యక్తి అలవాట్లను, భావాలను మరియు అభిప్రాయాలను ఏర్పరచుకుంటాడు. ప్రపంచాన్ని కుదిపేస్తున్న రాజకీయ, మత, సాంస్కృతిక ఒడిదుడుకులు ఏదో విధంగా యువతను కదిలించి, చివరిగా స్థిరపడతాయి. కౌమారంలోని వ్యక్తి తనకు తాను తన ప్రపంచాన్ని అర్థం చేసుకోవడానికి అవకాశం లేనట్టుగా ఈ మార్పులు ఉంటాయన్నది నిజం.

కౌమారానికి నిజంతో, నమ్మకంతో పెద్దగా పని పడదు. జరగాల్సిందంతా అంతా వేగంగానే జరిగిపోతుంది. యువకుల ఆలోచనలన్నీ ఎక్కువగా ఒంటరి, వ్యక్తిగతమే అవుతుంటాయి. వీరి స్వరం ఎప్పుడైనా, ఎక్కడైనా గట్టిగా వినిపిస్తూనే వుంది. కానీ అది పనికిరాని, అక్కరకు రాని అంశాల చుట్టూ కూడా తిరుగుతుంది. కొన్ని సార్లు యువత ఆలోచనకి తార్కిక మదింపు కూడా సాధ్యంకాదు. అయితే నిక్కచ్చిగా మాట్లాడే యువత గొంతుకగా ఈ టీనేజ్ టిక్ టాక్స్ ఉండబోతోంది.

యువత చర్యలు కొన్ని సార్లు పరిస్థితులను, కట్టుబాటులను, కుటుంబాలను, చట్టాలను, ప్రభుత్వాలను ధిక్కరిస్తాయి. వీరి అంతర్ దృష్టి వికాసానికి తోడ్పడేందుకు ఈ కథలు తెలుగు భాషలో సరళంగా, ఆలోచనాత్మకమైన రూపం తీసుకున్నాయి.

మనమందరం కౌమారంలో గాయ పడే ఉంటాం, అదృష్టవశాత్తూ కొందరికి గాయాలు తక్కువ తగిలి ఉండవచ్చు. ఈ టీనేజ్ టిక్ టాక్స్ కథల్లోని పాత్రలు, విశ్వాసాలూ, జీవన లక్ష్యాలూ, క్రమ శిక్షణ, బాధ్యత, ఆత్మ గౌరవాలు, స్పూర్తిదాయకంగా ఉండేలా కక్ష్య తప్పని సామాజిక నేపథ్యంతో కలపి కనిపిస్తాయి. యువత పట్ల కొద్దిపాటి కరుణైనా

ముఖ్యం అని ఈ కథలు మాట్లాడుతున్నాయి. వ్రాసిన వారి మనోగత కృషిలో అదే ఎక్కువగా కనిపిస్తోంది.

ఈ పుస్తకంలోని కొన్ని కథలను చదువుతుంటే కొంచెం కష్టంగా, కొంచెం చేదుగా, కొంత పెళుసు మాటలుగా, అరుదైన ఆలోచనలుగా, గుప్పెడు మార్మికత నింపుకున్న తత్వాలుగా ఉన్నట్లుంటాయి. టీనేజ్ టిక్ టాక్స్ కథకులందరు తపనతో కథలు రాశారు. స్పష్టమైన ముసుగుల్లేని కథన శైలి పాఠకుల ముందుంచారు.

పుస్తక ప్రచురణలో అనేక బాధ్యతలు ఉంటాయి. అయితే గమ్మతుగా 'కస్తూరి విజయం' బాధ్యతలు గిరిగీసినట్టు ఉండవు. రచయితలతో సమన్వయం, కథల ఎంపిక వంటి సంపాదక బాధ్యతలు ఒక ఎత్తు అయితే, డిజిటల్ డిజైనింగ్, ప్రూఫ్ రీడింగ్, ప్రింట్ ఆన్ డిమాండ్ వంటి వాటితో పాటు ఇంకా ఇతరత్రా అనేక పనులు ఉంటాయి. ఈ పుస్తకానికి శ్రద్ధగా, ఓర్పుగా, నేర్పుగా, సంకల్ప దీక్షగా పనిచేసిన శ్రీమతి పద్మజ పామిరెడ్డి గారికి, శ్రీమతి వంగిపురపు హిమబిందు గారికి, శ్రీమతి రచన శృంగవరపు గారికి శుభాకాంక్షలు.

సుధీర్ రెడ్డి పామిరెడ్డి
కస్తూరి విజయం

టిక్ టాక్స్

1. గరం గరం బఠానీలే!! 1
2. కోరని వరం 4
3. పిల్లలే పెద్దలుగా 17
4. ప్రేమంటే ఏంటండి? 24
5. దారి మార్చుకో, తప్పు లేదు 28
6. (నిర్)లక్ష్యం 34
7. అందం 41
8. యువతా, ఏది నీ గమ్యం?? 48
9. బ్యాలెన్స్ తప్పిన బాల్యం 55
10. ఈ చదువులు మాకొద్దు 63
11. చిక్కుముడి 71
12. నిరంతరం 76
13. చదువే ముఖ్యమా! 83
14. వింత ఆట 90
15. జీవితమే ఒక రంగస్థలం 96
16. పడిలేచిన కెరటం 101
17. స్నేహ బంధం 111
18. ఎగిరే గువ్వా...నీ పయనమెటు? 120

గరం గరం బఠానీలే!!

బులుసు సరోజిని దేవి

తుళ్ళి తుళ్ళి పడే గుండెలు,

ఆ గుండెలకి హత్తుకు పోయిన పుస్తకాలు.

ఓర చూపులు, తడబడే నడకలు, అప్పుడే వచ్చిన యవ్వనపు హొయలు, సొగసు అమ్మాయిలదే.

నూనుగు మీసాల కొత్తదనం, చేతి చివర ఒకే ఒక్క పుస్తకం, హీరో స్టయిల్, ముందుకు దూసుకెళ్లాలనే తపన. వీరు రాజసమొలికే అబ్బాయిలు.

కాలేజీ అంతా కలకలం. అనవసర ప్రసంగాలు. అక్కర్లేని తిరుగుళ్ళు. కంటికి ఇంపుగా కనపడే రంగు రంగుల చేపపిల్లలతో గుండె ఊసులు.

ఇదే కాలేజీ !!

క్లాస్ మొదలు అయ్యాక పుస్తకాలు తిరగేసి, మరగేసి యవ్వనం చిందులు వేస్తుంటే చదువు మీద మనసు పెట్టలేక పాఠం అర్థం కాక చదువు మీదే దృష్టి పెట్టే అమ్మాయిల్ని అబ్బాయిలు, చదవకపోతే చిప్ప చేతికొస్తుందని అర్థం అయి చదివే అబ్బాయిల నోట్సుల కోసం అమ్మాయిల వలలు.

బుద్ధిగా నోట్స్ రాసే అమ్మాయిలకు అబ్బాయిల చిరునవ్వులు.

భలే చిత్రంగా చిత్ర ప్రేమలో పడితే .

ఆ ప్రేమని అందుకుని పాట పాడుతున్న మధు ఓర చూపులు చూస్తూ ఉండటం అందరిలో ఏవో మీమాంసలు తెచ్చిపెట్టాయి.

చిత్ర నిజంగా చిత్రమయినదే. చదువు ఆ పిల్లకి ఎక్కలేదు. ప్రేమ ఎక్కక్కర్లేదు కదా?

రోడ్లమ్మట తిరిగితే అదే వచ్చేస్తోందని చదువుకుంటున్న కుర్రాడికి ఫోజు కొట్టింది. అందం అంటే అర్థం తెలియని మధుకి ఆ పిల్ల ఎర్రదనం తెగ నచ్చేసింది. అంతే అక్కడికి వాళ్లిద్దరూ మటాష్.

ఇక పోతే స్వాతి చందు లు.

చందూకి అక్షరం ముక్క రాదు. చూసి కాపీ కొట్టి టెన్త్ పాసయి ఇంటర్ కొచ్చాడు.

స్వాతికి చదువంటే ప్రాణం. బెంచిలో తన ప్రక్కనే కూర్చొన్న చిత్ర చూపే వగలుకి, మధు వేసే బాణాలకి బలయి పోయి చందూ వైపే చూసేది. అంతే!!

ఇద్దరూ ...ప్రేమలో పడిపోయారు.

ఇదంతా చూస్తూ సీమ కి తనేదో మిస్ అయిపోతోందనే భ్రాంతితో మిత్రాని ప్రేమలోకి తోసింది.

అలా ప్రేమ పక్షులు అయ్యాక సంవత్సరం గిర్రున తిరిగి పరీక్షలు వచ్చేశాయి.

ఓ...ఓ... రాసి పారేశారు.

అందరికి అత్తెసరు మార్కులు.

సెకెండ్ ఇంటర్ లోకి తొయ్యబడి మొదటి సంవత్సరం కూడా రెండో సంవత్సరంలో అన్ని పేపర్లు రాయాలని తెలిసాక ...

చిత్ర మధుకి , చెందు స్వాతికి, సీమ మిత్రాకి ఒకరికొకరికి బ్రేకప్ చెప్పేసి ఇంటర్ పాస్ అయేందుకు తంటాలు పడి ప్రేమ కి టాటా చెప్పారు.

మొత్తం క్లాసులో జంటలన్నీ ఒంటరి వయ్యాయి.

★★★

ఇప్పుడు వీళ్ళంతా బి. టెక్. చదవకపోతే ఏమవుతుందో తెలుసు గానీ ఫైనల్ ఇయర్ లో కదా సీరియస్ అని రమణ గాడు సలహాలనిచ్చి రేగ్గొట్టాడు.

ఇప్పుడు మళ్ళీ యవ్వనం విజృంభించింది.

చిత్ర మిత్రా తో

సీమ చందు తో

స్వాతి మధుతో కొత్తగా ప్రేమలో పడ్డారు.

కాలక్షేపం బఠానీల్లా నములుతూ పోయారు.

ఇప్పుడు అందరూ రెండో యేడు కూడ ఫెయిల్ అయ్యాక ఒకరి మొహాలు ఒకరు చూడడం మానేశారు.

★★★

కేంపస్ సెలక్షన్స్. మధుకి జాబ్ వచ్చింది.

చిత్ర అతడిని తదేకంగా చూస్తోంది.

అతడు ఎటో చూస్తున్నాడు.

స్వాతి కి జాబ్ వచ్చింది.

చందూ ఆమె వైపే చూస్తున్నాడు.

అతడక్కడ ఉన్నట్టు తెలియనట్టే ఉందామే.

సీమకి, మిత్రా కి మంచి జాబ్స్ వచ్చాయి. కనీసం ఒకరికొకరు కంగ్రాట్స్ చెప్పుకోలేదు.

అంతా ఇళ్లకి వెళ్ళిపోయారు.

ప్రేమ పారి పోయింది.

కాలేజ్ అయిపోయింది.

కాలక్షేపం కూడా.

జీవితం మొదలయింది.

కోరని వరం

కొత్తపల్లి రవికుమార్

పెళ్లి జరిగి మూడు వారాలైనా కాక ముందే భర్త సాగర్ తో కలిసి దేశం కాని దేశంలో అడుగుపెట్టింది సరయు. మేనమామే తన భర్తగా రావడంతో అపురూపంగా చూసుకుంటున్నాడు. ఇలా తన మెడలో తాళి కట్టీ కట్టగానే సరయు ని అమెరికా తీసుకెళ్లి పోయాడు సాగర్. అమెరికా వెళ్లిన తర్వాత ఒక నాలుగు రోజులు జాలీగా గడిపి ఆఫీసులో జాయిన్ అయ్యాడు. పెళ్లికి సుమారు మూడు నెలల సెలవు మీద వెళ్లి తిరిగి వచ్చిన సాగర్ కి ఆఫీస్ లో పని ఒత్తిడి పెరిగింది. పెండింగ్ ప్రాజెక్ట్స్ చాలా పెరిగిపోయాయి. సాగర్ వాటిని తన టీమ్ తో స్టడీ చేస్తూనే సరయూకి మధ్య మధ్యలో ఫోన్ చేస్తున్నాడు.

“డియర్! తినడానికి కావలసినవన్నీ ఫ్రిజ్ లో ఉన్నాయి. నీకు కావల్సినవి తిను. మన టీవీలో తెలుగు ఛానల్స్ కూడా వస్తాయి. చూడు. మరీ బోర్ కొడితే మన ఇంటికి దగ్గర లోనే వాకింగ్ పార్క్ ఉంది. సరదాగా వెళ్లాలనిపిస్తే ఇంటికి తాళం వేసి వెళ్లు. అక్కడ తెలుగువారు చాలామంది పరిచయమవుతారు. అక్కడికి వెళితే నీకు ఇండియాలోనే ఉన్నామన్న ఫీలింగ్ కలుగుతుంది. అలా ఓ నలుగురు తెలుగు వారిని కలిస్తే నీకుకూడా కొంచెం రీఫ్రెషింగ్ గా ఉంటుంది” అని లంచ్ సమయంలో ఫోన్ చేసి చెప్పాడు సాగర్.

“మావయ్యా! నువ్వు ఇప్పుడు రావా? నాకు కొంచెం భయంగా ఉంది” అని బేలగా మాట్లాడింది సరయు.

“అదే డియర్, నేను చెప్పేది. ఇన్నాళ్లూ ఆఫీస్ కి సెలవు పెట్టడంతో పని ఒత్తిడి బాగా ఉంది. సాయంత్రం ఆఫీస్ అయిపోగానే ఇలా నీ దగ్గర వాలిపోతాను. ఈలోపు బోర్ అనిపిస్తే ఏదో ఒకటి తిని, మన ఇంటి దగ్గర పార్క్ కి వెళ్లు. నీకుకూడా తెలుగు స్నేహితులు దొరుకుతారు. సాయంత్రం నేను రాగానే అలా ఎక్కడికైనా వెళ్దాం, సరేనా?” అని అడిగాడు సాగర్.

పెళ్లికి ముందే ఇక్కడి వాతావరణం, అతని పని ఒత్తిడి గురించి తనకు కూలంకుషంగా చెప్పడంతో అతని మాటలకు సరేనని ఫోన్ పెట్టేసింది. ఫోన్ పెట్టిందే గానీ

మనసులో ఏదో చిన్న అలజడి రాజ్యమేలుతోంది. ఫ్రిజ్ లో తనకు కావలసినది తీసుకుని ఏదో తిన్నాననిపించి, ఇంటికి తాళం వేసి, సాగర్ చెప్పినట్లు ఇంటికి దగ్గరలో ఉన్న పార్క్ కి నడిచి వెళ్లింది.

పార్క్ లోనికి వెళ్లి ఒక సిమెంట్ బల్ల మీద కూర్చొంది. పచ్చని బయళ్లతో, రకరకాల పూల మొక్కలతో చాలా అందంగా ఉంది ఆ పార్క్. ఆ పార్క్ అందానికి తోడైనట్టి ప్రకృతి కూడా వంత పాడుతోంది. మేఘం ఆ పార్క్ అందానికి ముగ్ధురాలై తన అభిమానాన్ని చాటుకుంది. వర్షించడం ద్వారా తన కానుకను అందజేసింది. చిన్న చిన్న తుంపరలుగా చినుకులు పడుతున్నాయి. ఆ చినుకులను ఛేదిస్తూ తనకు ఎదురుగా కొంత దూరంలో ఆడుకుంటున్న అక్కాచెల్లెళ్ళు మీదకి తన దృష్టి వెళ్లింది. ఆ అక్కాచెల్లెళ్ళిద్దరి మధ్య రెండేళ్లు కూడా తేడా ఉండదు. కానీ ఒకరికొకరు మంచి స్నేహితులలా ఆడుకుంటున్నారు. వారిని మధ్య మధ్యలో గమనిస్తూ జాగ్రత్తలు చెబుతోంది వాళ్లమ్మ. ఇదంతా చూస్తున్న సరయూకి మనసు ఒక్కసారిగా తన ఇంటివైపు, తన అక్క, అమ్మ వైపు మళ్లాయి. చూపులు మరలిన మరుక్షణం తన అమ్మకి కాల్ చేసింది.

“హలో అమ్మా!” అంది సరయు, వాళ్లమ్మ ఫోన్ ఎత్తగానే.

“హా చెప్పమ్మా బంగారం. ఎలా ఉన్నావు?” అని అడిగింది కౌసల్య.

“అమ్మా! నాకు కొంచెం బెంగగా ఉందమ్మా!” అని బేలగా అంది సరయు.

“ఆ ఊరు, ఆ దేశం కొత్త కదమ్మా!

అలవాటైతే అన్నీ బాగుంటాయి. అప్పుడు మేము ఇండియా రమ్మని ఎన్నిసార్లు అడిగినా రావు” అని నవ్వుతూ నచ్చజెప్పింది కౌసల్య.

“అదికాదమ్మా, నాకు అక్క బాగా గుర్తొస్తోంది. ఇప్పుడు అది ఏం చేస్తోందో, ఎక్కడుందో అని దాని ఊసులే నాకు గుర్తుకొస్తున్నాయి. అది చాలా అమాయకురాలమ్మా! దాని అదృష్టాన్ని నేను లాక్కున్నానన్న ఫీలింగ్ నా మదిని మరీ మరీ తొలిచేస్తోంది. ప్రతిక్షణం ఆ తలపే నా మెదడుని మొద్దుబారేటట్టు చేస్తోంది. ఎంత కాదనుకున్నా ఆ ఆలోచనలే నన్ను నన్నుగా ఉండనీయట్లేదు” అని చెప్పింది సరయు.

“ఇప్పుడు నువ్వు హాయిగా పెళ్లి చేసుకుని భర్తతో ఉంటున్నావు. కొత్తగా పెళ్ళైన దానివి, ఇక ఏ ఆలోచనలు రానీయకు. నువ్వు మీ అక్క గురించి ఆలోచిస్తున్నావంటే సాగర్ కూడా ఫీల్ అవుతాడు. నా తమ్ముడని చెప్పడం కాదు గానీ, వాడంత మంచివాడు ఎవరూ

లేరు. నీ కాలు కందకుండా నిన్ను పువ్వుల్లో పెట్టి చూసుకుంటాడు. ఇక ఏమీ ఆలోచించకు" అని చెప్పింది కౌసల్య.

"అదేనమ్మా, నేననేది! ఇంత మంచి లైఫ్ ని నాకొదిలి వెళ్లిపోయిందనే నా బాధ" అని సరయు అంటూండగానే "ఇక మీ అక్క ప్రస్తావన తీసుకురాకు. తీసుకొస్తే నా మీద ఒట్టు" అని కోపంగా ఫోన్ పెట్టేసింది కౌసల్య.

తనకీ తెలుసు, ఇక అక్క గురించి ఆలోచించి ప్రయోజనం లేదని. కానీ అలా ఆలోచించకుండా ఉండలేకపోతోంది. పార్క్ లో ఆడుకుంటున్న ఆ అక్కా చెల్లెళ్లను చూస్తూ, తన అక్కను తల్చుకుంటూ గతంలోకి తన తలపులను మోసుకెళ్తోంది సరయు.

★ ★ ★

ఆ రోజు రాజమండ్రి లోని శ్రీరామ కాలేజీ ప్రాంగణమంతా చాలా కోలాహలంగా ఉంది. పచ్చని మామిడి తోరణాలతో, చామంతుల దండలతో కాలేజీని విద్యార్థులందరూ ముస్తాబు చేసారు. రంగు రంగుల పువ్వులతో, జిగేల్ మనే చమ్కీలతో సభ జరిగే వేదికను సుందరంగా డెకరేషన్ చేసారు. సభ ప్రారంభమయ్యింది. జ్యోతి ప్రజ్వలన, వందేమాతరం పాడిన తర్వాత శ్రీరామ కాలేజ్ ప్రిన్సిపాల్ రవికుమార్ మాట్లాడడం మొదలు పెట్టాడు.

"ప్రతీ ఏడాది అత్యుత్తమ మార్కులు, ర్యాంకులు సాధించిన విద్యార్థులకు ప్రోత్సాహక బహుమతులు ఇస్తున్నట్లే ఈ ఏడాది కూడా ఉత్తమ మార్కులు సాధించిన విద్యార్థులకు బహుమతులు అందజేస్తున్నాము. ఈ సభకు ముఖ్య అతిథిగా విచ్చేసిన మన కాలేజీ ఫౌండర్ మరియు మా నాన్న గారైన గోపాలకృష్ణ గారిని ఈ బహుమతులను అందజేయవలసినదిగా కోరుతున్నాను" అని ఎమ్ సెట్, జెయియి, నీట్, ఇంటర్ ద్వితీయ సంవత్సర పరీక్షలలో ఉత్తమ ప్రదర్శన కనబర్చిన వారికి బహుమతులు అందజేసారు.

"ఇప్పుడు ఇంటర్ ప్రథమ సంవత్సర పరీక్షలలో... ఇప్పటివరకు ఏ ఏడాది, ఎవరూ సాధించని అత్యుత్తమ మార్కులు 470 కి 466 మార్కులతో స్టేట్ ర్యాంక్ సాధించి మన కాలేజీ పేరును నలుమూలలకు వ్యాప్తి చేసిన మన కాలేజీ స్టూడెంట్ కావేరికి స్పెషల్ ప్రైజ్ గా గోల్డ్ మెడల్ ఇవ్వవలసినదిగా కోరుతున్నాను. కావేరి తల్లిదండ్రులను వేదిక పైకి రావాల్సినదిగా కోరుకుంటున్నాను" అని రవికుమార్ ఆహ్వానించాడు. తల్లిదండ్రుల సమక్షంలో, అందరూ కరతాళధ్వనులు చేస్తూండగా ఆ గోల్డ్ మెడల్ ని అందుకుంది కావేరి. అతిథులు, వక్తలు అందరూ కావేరి ప్రతిభను మెచ్చుకుని, భవిష్యత్తులో ఇంకా అత్యుత్తమ ఫలితాలను సాధించాలని ఆశీర్వదించారు.

"ఇప్పుడు కావేరి తల్లిదండ్రులను మాట్లాడవలసినదిగా కోరుతున్నాను" అని రవికుమార్ మైక్ ని కావేరి తల్లిదండ్రులకు అందజేశాడు.

"మాది రాజమండ్రి పక్క ఊరు. ఈ ఊళ్లో ఎన్నో ప్రైవేట్, కార్పొరేట్ కాలేజీలు ఉండగా, మేము కావేరిని ఈ కాలేజీలో చేర్చడానికి ముందు బాగా ఆలోచించాం. ఈ కాలేజీ ప్రిన్సిపాల్ రవికుమార్ గారితో మాట్లాడిన తర్వాత మేము ఈ కాలేజీలోనే చేర్చుదామని నిర్ణయించాం. ప్రిన్సిపాల్ గారి మాట తీరు, విద్యార్థుల పట్ల ఆయనకున్న ఒక క్లారిటీ, వారికి ఆయన ఇచ్చే ప్రోత్సాహం, లెక్చరర్ లతో ఆయనకున్న స్నేహభావం, ఈ కాలేజీని అన్ని రకాలుగా నడిపించే తీరు మాకు బాగా నచ్చాయి. చదువుకన్నా ముందు క్రమశిక్షణకు ఆయనిచ్చే ప్రాధాన్యత నచ్చింది. విద్యార్థులందరినీ ఆయన పిల్లలుగా చూడడం నచ్చింది. విద్యార్థులలో ఉన్న ప్రతిభను వెలికి తీసే పద్ధతి నచ్చింది. అందుకే మా అమ్మాయిని ఈ కాలేజీలో చేర్చాము. మేము ఆశించిన దాని కన్నా ఎంతో మిన్నగా మా అమ్మాయి చదివింది. దానికి తార్కాణమే ఈ మార్కులు. అందుకు కారణం ఈ కాలేజీ, ఈ కాలేజీ యాజమాన్యం, ప్రత్యేకంగా ప్రిన్సిపాల్ రవికుమార్ గారి ప్రోత్సాహం. వారందరికీ పేరుపేరునా ధన్యవాదాలు. అందుకే మా రెండవ అమ్మాయి సరయూని కూడా ఈ ఏడాది ఈ కాలేజీలోనే చేర్చాము" అని కావేరి తల్లిదండ్రులు మాట్లాడిన వెంటనే సభాస్థలిలో ఉన్న విద్యార్థులు, వారి తల్లిదండ్రుల కరతాళధ్వనులతో ఆ ప్రాంగణమంతా మారు మ్రోగి పోయింది.

కావేరితో పాటు వారి తల్లిదండ్రులను సత్కరించారు.

సభ అయిపోయిన తర్వాత ప్రిన్సిపాల్ రవికుమార్ ని కలిసి మరల ఆయన ఆశీర్వాదం తీసుకుని తమ తల్లిదండ్రులతో ఇంటికి చేరారు కావేరి, సరయూలు.

★★★

అందరి ముందు గోల్డ్ మెడల్ ను అందుకున్నందు వల్లనో , కాలేజీ యాజమాన్యం ప్రోత్సాహం వల్లనో ఆ ఏడాది పరీక్షలకు బాగా ప్రిపేర్ అయ్యారు కావేరి, సరయూలు. ఈ సంవత్సర కాలంలో వాళ్ల తల్లిదండ్రులు ఫోన్ ల ద్వారా, ప్రత్యక్షంగా పేరెంట్స్ మీటింగ్ లలో రవికుమార్ ని కలిసి వీళ్ల చదువులు ఎలా సాగుతున్నాయని ఎప్పటికప్పుడు కనుక్కునేవారు. అంతా సవ్యంగా సాగుతోందని తెలిసి ఆనందపడేవారు. మరల పరీక్షల కాలం వచ్చింది. ఇద్దరూ పరీక్షలు బాగా వ్రాశారు. పరీక్షలవ్వగానే ఆ కాలేజీలోనే ఎమ్ సెట్ కి ప్రిపేర్ అవుతోంది కావేరి. ఈలోగా ఇంటర్ పరీక్షల ఫలితాలు వచ్చాయి. కావేరికి

1000కి గాను 991 మార్కులు వచ్చాయి. మరల స్టేట్ ర్యాంక్ వచ్చింది. సరయూకి ఇంటర్ ప్రథమ సంవత్సర పరీక్షలో 470కి 464 మార్కులు వచ్చాయి. ఇంత మంచి మార్కులు సంపాదించినందుకు వాళ్ల తల్లిదండ్రులను పిలిచి సత్కరించారు కాలేజీ యాజమాన్యం.

వాళ్ల కూతుళ్ల ప్రతిభకు పొంగిపోయారు ఆ తల్లిదండ్రులిద్దరూ.

కావేరి ఈ మార్కుల ప్రోత్సాహంతో మరింత కష్టపడి ఎమ్ సెట్ కి ప్రిపేర్ అవుతోంది. తన ప్రాక్టీస్, ఇంటర్నల్ పరీక్షలలో తనకు వచ్చే మార్కులతో ఈ సారి ఎమ్ సెట్ లో కావేరి ఖచ్చితంగా పది లోపు ర్యాంకును సాధిస్తుందని రవికుమార్ తో సహా అందరూ ఆశిస్తున్నారు.

ఇక ఎమ్ సెట్ కి పది రోజులే సమయం ఉంది. కావేరిని పిలిచి తన కాన్ఫిడెన్స్ ని అంచనా వేశాడు, రవికుమార్ . తను చాలా బాగా ప్రిపేరయ్యి ఎగ్జామ్ కి సిద్ధంగా ఉందని తెలుసుకుని ఎంతో ఆనందపడ్డాడు.

ఎప్పటిలాగే ఆరోజు కూడా కాలేజీ అయిపోయిన తర్వాత ఎనిమిది గంటలకు ఇంటికి చేరాడు రవికుమార్. ఇంటికి వెళ్లిన ఒక అరగంట తర్వాత అతని ఫోన్ మ్రోగింది.

“మా అమ్మాయి కావేరి ఇంకా ఇంటికి రాలేదు. మీరేమైనా స్పెషల్ క్లాస్ పెట్టారా సార్?” అని అడిగింది కావేరి అమ్మ కౌసల్య.

“స్పెషల్ క్లాస్ ఏమీ పెట్టలేదండి. ఉంటే ముందే ఇన్ ఫార్మ్ చేసే వాళ్లం కదా! పిల్లలందరినీ ఆరు గంటలకే వదిలేసాము. కంగారు పడకండి. కావేరి ఎవరైనా ఫ్రెండ్ దగ్గరకి వెళ్లిందేమో? ఒక్కసారి తన ఫ్రెండ్స్ కి కాల్ చేయండి” అని చెప్పి ఫోన్ పెట్టేశాడు.

ఆ తర్వాత గంట గంటకి ఫోన్ రావడం, తమ కూతురు రాలేదనడంతో రవికుమార్ కి కూడా కంగారు వచ్చింది. తనకు తెలిసిన కావేరి స్నేహితురాళ్లందరికీ కాల్ చేసాడు. అన్నిచోట్ల నుండి ఒకటే సమాధానం వచ్చింది, ఎవ్వరికీ తెలియదని. కావేరి తల్లిదండ్రులకు ఫోన్ చేసి కంగారు పడవద్దని చెప్పాడు. ఆ రోజు ఎలా గడిచిందో తెలియదు. తెల్లవారింది. కంగారు, కంగారుగా కాలేజీకి వెళ్లాడు.

అతను వెళ్లిన కొద్దిసేపటికి కావేరి తల్లిదండ్రులు వచ్చారు. వారితో పాటు వాళ్ల ఊరి జనం ఒక యాభై మందికి పైగా వచ్చారు. అందరూ ఆగ్రహంతో ఊగిపోతున్నారు.

కొంతమందైతే కాలేజీ ఫర్నీచర్ ను ధ్వంసం చేస్తున్నారు. రవికుమార్ ఎందరికో మెల్లిగా చెబుదామని ప్రయత్నిస్తున్నాడు. కానీ ఎవ్వరూ కూడా వినే పరిస్థితుల్లో లేరు.

అందులో ఒకతను కౌసల్య అన్నయ్య వీర బాబు ఆవేశంతో ఊగిపోతూ రవికుమార్ గుండెల మీద కొట్టాడు. రవికుమార్ అంత దూరానా పడ్డాడు. కాలేజీ స్టాఫ్ అందరూ వచ్చి ఆయన్ని లేపి కుర్చీలో కూర్చోబెట్టారు. మంచి నీళ్లు తెచ్చి ఇచ్చారు. మంచి నీళ్లు త్రాగి కొంచెం రిలాక్స్ అయ్యాడు రవికుమార్.

కావేరి తరపున వచ్చిన వారందరూ కాలేజీదే తప్పంటూ గొడవ, గొడవ చేస్తున్నారు. ఈ గొడవను ఏమీ పట్టించుకోకుండా రవికుమార్ చాలా కూల్ గా ఫోన్ అందుకున్నాడు.

“రాజేష్! ఎక్కడున్నావు? ఒక్కసారి మన కాలేజీకి రాగలవా?” అని అడిగాడు.

“ఏమయ్యింది సార్?” అని అడిగాడు రాజేష్.

“ఇది ఫోన్ లో చెప్పే విషయం కాదు. అర్జంటుగా ఒకసారి రా! ప్లీజ్” అని ఆజ్ఞతో కూడిన రిక్వెస్ట్ చేసాడు రవికుమార్.

“అయ్యో, అదేంటి సార్! అలా అంటారు. మీరు రమ్మంటే క్షణాల్లో వస్తాను. ఇదిగో ఇప్పుడే బయల్దేరుతున్నాను” అని ఫోన్ పెట్టేసి బయల్దేరాడు రాజేష్.

★★★

రాజేష్ రాగానే అందరికీ పరిచయం చేసాడు రవికుమార్. “ఈయన పేరు రాజేష్. ఈ కాలేజీ పూర్వ విద్యార్థి. నా ఫేవరెట్ స్టూడెంట్. ఇప్పుడు సైబర్ క్రైమ్ డిపార్టుమెంట్ లో పనిచేస్తున్నాడు. మీ అమ్మాయి గురించి గోప్యంగా రహస్యాలు రాబట్టడానికి ఇతను తప్పక సహాయపడతాడు. మీరు కూడా సహకరిస్తే అమ్మాయి ఎక్కడుందో కనిపెట్టవచ్చు. ఇప్పుడు మన తక్షణ కర్తవ్యం జరగాల్సిందేమిటో చూడడం. ఆందోళనలతో అది సాధ్యం కాదు. ఆలోచించండి. నా ఛాంబర్ లో మీరు తప్ప మిగతా ఎవరూ ఉండకుండా ఉంటే బాగుంటుంది” అని కావేరి తల్లిదండ్రులతో అన్నాడు.

వాళ్లు కూడా పరిస్థితిని అర్థం చేసుకున్నారు. అందరినీ బయటకు పంపారు. ఇప్పుడు ప్రిన్సిపాల్ ఛాంబర్ లో రవికుమార్ తో పాటు రాజేష్, కావేరి తల్లిదండ్రులు మాత్రమే ఉన్నారు. రాజేష్ కి జరిగిన దంతా వివరించాడు రవికుమార్.

“సార్! ఆ అమ్మాయి పర్సనల్ ఫోన్ నెంబర్ ఉందా?” అని అడిగాడు రాజేష్. వెంటనే కావేరి పర్సనల్ నెంబర్ ఇచ్చారు వాళ్లు.

కోరని వరం

కంప్యూటర్ లో తన పర్సనల్ ఎకౌంట్ లో లాగిన్ అయ్యి ఆ అమ్మాయి నెంబర్ కొట్టి ఓ అరగంట పాటు సిస్టమ్ లో ఏదో వెదికాడు.

అరగంట తర్వాత ఇంకొక నెంబర్ చెప్పి "ఈ నెంబర్ ఎవరిదో చెప్పగలరా?" అని రవికుమార్ ని, కావేరి తల్లిదండ్రులను అడిగాడు.

ఆ నెంబర్ ని అందరూ తమ ఫోన్ లో చెక్ చేసారు. "ఇది మా కాలేజీలో పనిచేసే కెమిస్ట్రీ అసిస్టెంట్ లెక్చరర్ అనిల్ ది" అని బదులిచ్చాడు రవికుమార్.

"ఓకే సార్! కావేరికి అతనికి మధ్య లవ్ ఎఫైర్ ఉంది సార్. ఆ అమ్మాయి అతనితో పారిపోయింది" చెప్పాడు రాజేష్.

"ఏంటి సార్, మీరు మాట్లాడేది? మా అమ్మాయి ఎలాంటిదో ప్రిన్సిపాల్ గారిని అడగండి. మా అమ్మాయి చచ్చినా ఆ పని చేయదు. ఈ కేసును వదిలించు కుందామని, మీ ప్రిన్సిపాల్ గారిని కాపాడదామని మా అమ్మాయి మీద అభాండాలు వేస్తున్నారా? ఏం ఆధారాలున్నాయని మీరు ఇలా మాట్లాడుతున్నారు?" అని ఆవేశంతో ఊగిపోతూ అడిగింది కౌసల్య.

"మీరు ఆవేశపడకండి మేడమ్! ఆవేశ పడితే నిజాలు, అబద్ధాలు కావు. అబద్ధాలు, నిజాలు కాలేవు. శాంతంగా వినండి. మీ అమ్మాయి అతనితో ఎంత ప్రేమ రాయబారం నడిపిందో చూడండి" అని 146 పేజీలు ప్రింట్ తీసి ఇచ్చాడు.

అది ఒక ఆరేడు నెలలుగా ఇద్దరి మధ్య ఫేస్ బుక్ లో జరిగిన ఛాటింగ్. అంతా చదివితే తెలిసింది వాళ్లిద్దరికీ, తమ కూతురు అతనితో ఎంత లోతు ప్రేమలో కూరుకుని పోయిందో. ఇదంతా బయటనుండి అద్దాల లోంచి గమనిస్తున్న వీర బాబు ఆవేశంగా లోపలికి వచ్చి "అసలు అతను పరిచయమయ్యింది ఈ కాలేజీలోనే. తప్పంతా మీ కాలేజీదే! దీనికి మీ కాలేజీయే బాధ్యత వహించాలి" అని ఏవేవో మాట్లాడుతున్నాడు.

"చూడు మిస్టర్! నేను కూడా ఇదే కాలేజీలో చదువుకున్నాను. బాగా చదువుకుని మంచి ఉన్నత స్థానంలో ఉన్నాను. మీ అమ్మాయి అతనితో ప్రేమ రాయబారం నడిపింది ఈ కాలేజీలో కాదు, ఇంట్లో" అని రాజేష్ అనేటప్పటికి అందరూ తెల్లబోయారు.

"మీరంటున్నది నిజం కాదు సార్! మా అమ్మాయి ఇంటికి వచ్చిన తర్వాత పడుకునేంతవరకు చదువుకునేది తప్ప ఫోన్ ముట్టుకునేది కాదు" అని అంది కౌసల్య.

"అదే మేడమ్ నేను చెప్పేది. మీరందరూ పడుకున్న తర్వాత ఫోన్ ముట్టుకునేది. ఆ ఛాటింగ్ చూడండి. ఆ ఛాటింగ్ జరిగిన టైమంతా రాత్రి పన్నెండు గంటల నుండి తెల్లవారుజామున మూడు గంటల లోపు ఉంది. బాగా చూడండి" అని మార్కర్ తో ఆ టైమింగ్స్ మార్క్ చేసి చూపించాడు.

ఆ మార్కింగ్స్ చూసి అందరూ ఆశ్చర్యపోయారు.

అవన్నీ చూసి ఏడుస్తూ "సార్! ఇప్పుడేమి చేద్దాం?" అని అడిగింది కౌసల్య.

"మీరు కంగారు పడకండి. కావేరి మీ అమ్మాయి కాదు. మా అమ్మాయి. చివరి ఛాటింగ్ లో ఈ ఊరు వదిలి వెళ్లిపోదామని నిర్ణయించుకున్నారు. కాబట్టి ఖచ్చితంగా ఈ ఊరు వదిలి వెళ్లిపోయే ప్లాన్ చేసుంటారు. వెళ్లిపోయుంటారు కూడా. ఇద్దరి ఫోన్ లు కూడా స్విచ్ ఆఫ్ లో ఉన్నాయి. మనం వాళ్ళిద్దరి ఫోన్ లతో ట్రేసింగ్ చేయడం కూడా కష్టం. ముందు మనం పోలీసులను ఆశ్రయిద్దాం " అని అన్నాడు రవికుమార్.

"సార్ చెప్పింది కరెక్ట్. ముందు పోలీసుల దగ్గరకు వెళ్లండి. తర్వాత వాళ్లు చెప్పినట్టు చేయండి" అని సలహా చెప్పి "సార్! ఇక మీద ఏ అవసరమైనా పిలవండి. నా వంతు సహాయం చేస్తాను" అని రవికుమార్ దగ్గర ఆశీర్వాదం తీసుకుని వెళ్లిపోయాడు రాజేష్.

★★★

అందరూ కలిసి పోలీస్ స్టేషన్ కి వెళ్లారు.

పోలీసులు ఎఫ్ ఐ ఆర్ నమోదు చేసి కేసును దర్యాప్తుకి తీసుకున్నారు. కాలేజీ తరఫున రవికుమార్ దగ్గర, పేరెంట్స్ తరఫున కావేరి తల్లిదండ్రుల దగ్గర కావేరి మిస్సింగయ్యిందని మిస్సింగ్ లెటర్స్ తీసుకున్నారు.

"సార్! మీ కాలేజీ రికార్డ్స్ లో అతని పర్మినెంట్ అడ్రస్ డీటెయిల్స్ ఏమైనా ఉన్నాయా?" అని అడిగాడు ఎస్ ఐ నీరజ్.

"హా, ఉంటాయి సార్! మా కాలేజీలో జాయిన్ చేసుకునే ముందు తప్పనిసరిగా బయోడేటా ఫిలప్ చేయిస్తాము. అలాగే ఆధార్ కార్డు జిరాక్స్ తీసుకుంటాము. ఇప్పుడే తెప్పిస్తాను" అని ఆ వివరాలు తెప్పించి నీరజ్ కి అందజేశాడు రవికుమార్.

"గుడ్. ఆధార్ కార్డు ఆధారంగా అతని అడ్రస్ అరకు దగ్గరలోని ఉన్న చిన్న ఊరు. ఈ అడ్రస్ కి వెళ్లి ముందు అక్కడ ఎవరు ఉంటే వాళ్లను అరెస్ట్ చేసి తీసుకొస్తాం. ఆ తర్వాత

ఏం చేయాలో ఆలోచిద్దాం" అని చెప్పి, నలుగురు కానిస్టేబుళ్లతో కారులో అరకు బయల్దేరాడు నీరజ్.

★★★

తర్వాత రోజు తెల్లవారగానే నీరజ్ నుండి ఫోన్ వచ్చింది. అందరం పోలీస్ స్టేషన్ కి వెళ్లాం "ఇదిగోండి, వీళ్లు అనిల్ తల్లిదండ్రులు. వీరిది అరకు పక్కన కురిడి అనే కుగ్రామం. వీళ్లు అక్కడ రోజు కూలీలుగా పనిచేస్తున్నారు. ఒక చిన్న గుడిసెలో కాపురం ఉంటున్నారు. అరెస్ట్ చేసి తీసుకొచ్చాం " అని అందరికీ చూపించాడు నీరజ్.

వాళ్లని చూస్తే చాలా అమాయకులుగా ఉన్నారు. వాళ్ల దగ్గరకు వెళ్లి దణ్ణం పెట్టి జరిగినదంతా చెప్పాడు రవికుమార్. కావేరి తల్లిదండ్రులు కూడా వారికి నమస్కరించి మాట్లాడారు.

"అమ్మా, అయ్యా! మా కావేరి ఏమీ తెలియని పసిపిల్ల. మీ వాడు ప్రేమ పేరు చెప్పి మా అమ్మాయిని లోబరుచుకున్నాడు. నా తమ్మునితో ఇంకొక రెండు నెలల్లో పెళ్లి కూడా నిశ్చయించుకున్నాము. వాళ్లు ఎక్కడున్నారో చెప్పి పుణ్యం కట్టుకోండి" అని ప్రాధేయపడింది కౌసల్య.

ఇదంతా విని అందరి వైపు తిరిగి "బాబయ్యా! మా అనిల్ గాడు కసుమంటోడు కాదు బాబా! ఏదో సిన్నన్నప్పటి కాడి నుండి బాగా సదువుకుంటన్నాడు కదా అని ఏదో సదివించినాం. ఇసాకపట్నం యూనిమర్సిటీ లో సదువుకు సీటు వస్సినాది, మీరేమీ కట్టక్కర్లేదు, అన్నీ ఫ్రీనే అంటే అక్కడ సదివించినాం. ఆ తర్వాత ఉద్యోగం అంటే సరేనన్నాం. ఆడి కాళ్ల మీద ఆడు నిలబడతా ఉంటే ఎంతో సంబరపడిపోనాము బాబయ్యా! కానీ ఇసుమంటి పని సేత్తాడనుకోలేదు. నిజంగా ఇప్పుడు ఆడు ఏడండినాడో నాకైతే ఎరకు లేదు" అని అన్నాడు అనిల్ తండ్రి దానయ్య.

"సరే, సరే! ఈ మాటలకేం గానీ! ముందు వీళ్లద్దరినీ సెల్ లో వేయండి" అని కానిస్టేబుళ్లకు ఆర్డర్ వేసాడు నీరజ్.

అనవసరంగా అమాయకులను అరస్ట్ చేసారనిపించినా, నిజం బయటకు రావాలంటే తప్పదు అని అనుకున్నాడు రవికుమార్. సాయంత్రానికి అనిల్ నుండి కావేరి తల్లిదండ్రులకు ఫోన్ వచ్చింది.

"తప్పు చేసింది నేను. నా గురించి అభం, శుభం తెలియని నా తల్లిదండ్రులను అరెస్ట్ చేయడం తప్పు. ఇప్పుడే మీ అమ్మాయిని తీసుకుని వస్తున్నాను" అని అనిల్ నుండి ఫోన్.

అందరం ఆ ఫోన్ తో కొంత ఉపశమనం పొందారు. సాయంత్రానికి అనిల్, కావేరితో పాటు స్టేషన్ కి వచ్చాడు. కావేరి బంధుగణమంతా వాళ్లిద్దరినీ కొట్టడానికి ముందుకెళ్లారు. వారందరినీ వారించి ఎస్ ఐ రూమ్ లోనికి తీసుకుని వచ్చారు పోలీసులందరూ. అప్పటికే ఆ రూమ్ లో రవికుమార్, కౌసల్య దంపతులు ఉన్నారు.

వారిని చూసి "చూడు మిస్టర్! నువ్వు చేసింది చాలా తప్పు. ఒక కాలేజీలో చదువుతున్న అమ్మాయిని ఇలా లేపుకెళ్లిపోవడం చట్టరీత్యా నేరం. పైగా ఆ అమ్మాయి మైనర్ కూడా" అని గట్టిగా అడిగాడు నీరజ్.

"ఆ అమ్మాయి మైనరో, కాదో ఆ అమ్మాయినే అడగండి" అన్నాడు అనిల్.

కావేరి తన బర్త్ సర్టిఫికెట్ జిరాక్స్ ని చూపించింది. ఆ అమ్మాయి వారం క్రితమే మేజర్, ఆ సర్టిఫికెట్ ఆధారంగా. పైగా అప్పటికే అనిల్ ఆ అమ్మాయి మెడలో కట్టిన మంగళసూత్రం కూడా చూపించింది. ఇవన్నీ చూసాక నీరజ్ ఏమీ చేయలేక రవికుమార్ ని, కావేరి తల్లిదండ్రులను వేరే రూమ్ లోనికి తీసుకెళ్లాడు.

"చూడండి, ఇది చాలా ప్లాన్ గా చేసారు. ఈ కేసులో నేనేమీ ఇంక సాయం చేయలేను. ఎందుకంటే ఆ అమ్మాయి ఇప్పుడు మేజర్. మీరే ఇప్పుడు ఏ గొడవలు చేయకుండా అతన్ని అల్లుడిగా స్వీకరించి దగ్గరకు తీసుకుంటే అందరికీ మంచిది. ఈ కేసును ఇంకా లాగినా ఏం ప్రయోజనం ఉండదు" అని హితవు చెప్పాడు నీరజ్.

అందరూ చేసేదేమి లేక అనిల్, కావేరి పెళ్లిని అంగీకరించారు. కానీ రవికుమార్ అందరినీ ఉద్దేశించి "మీరు ఒక్కసారి అవకాశమిస్తే నేను పర్సనల్ గా కావేరితో మాట్లాడాలి" అని అడిగాడు. అందుకు అనిల్ ఒప్పుకోలేదు. చేసేదేమీలేక కేసును కొట్టేసి కావేరి, అనిల్ లను, వాళ్ల తల్లిదండ్రులను పంపించి వేసాడు, నీరజ్.

★★★

ఇది జరిగి సుమారు ఒక సంవత్సరం జరిగిన తర్వాత రవికుమార్, కావేరి అడ్రస్ కనుక్కుని మరీ కురిడి గ్రామానికి వెళ్లాడు. కావేరి ఇంటికి వెళ్లి "కావేరి, కావేరి!" అని పిలిచాడు.

ఆ గుడిసెలోంచి ఒంటిమీద బట్టలు లేని ఒక నెలల పిల్లాడ్ని చంకనెక్కించుకుని ఆ గుడిసె లోంచి బయటకు వచ్చింది, కావేరి.

పాలిపోయిన ముఖంతో, చిక్కిన శరీరంతో ఉన్న కావేరిని చూసి "ఏంటమ్మా ఇదంతా? ఇలా ఉన్నావేంటమమ్మా? ఆరోజు ఎందుకు అలా చేసావు?" అని అడిగాడు రవికుమార్.

"సార్! నన్ను క్షమించండి. నేను అతని మాయలో పడిపోయాను. నన్ను తీసుకెళ్లిన తర్వాత తెలిసింది, నిజమంతా. అతను ఇలాంటి ఇంటి నుంచి వచ్చాడని కూడా తెలియదు. ఇప్పుడు నేను కూడా కూలికే వెళ్తున్నాను. అతని మీద కోపంతో ఒకరోజు ఇలా ఎందుకు చేసావని అతన్ని నిలదీసాను. అతను మీ మీద కోపంతోనే ఇదంతా చేసాడుట. ఇంతకు ముందు మీరు అతన్ని సబ్జెక్టు విషయంలో ఏదో మందలించారుట. అతను అది సీరియస్ గా తీసుకుని మీ మీద పగతో ఈ సంస్థను నాశనం చేయాలని నన్ను తెలివిగా ట్రాప్ చేసాడట. నన్ను క్షమించండి సార్! ఇవేమీ తెలియకుండా అతనితో ప్రేమలో పడ్డాను. ఇప్పుడు నేను అటూ వెళ్లలేను, ఇటూ వెళ్లలేను.

మీరే అంటూంటారు కదా, సార్! కావేరి నా కూతురని. అదే నిజమనుకుని మీ సహృదయంతో నన్ను క్షమించండి సార్!" అని రవికుమార్ కాళ్ల మీద పడింది కావేరి.

"అది కాదమ్మా నా ఆవేదనంతా అనిల్ జీతం నెలకు ఆరు వేలు. మీ మావయ్య జీతం నెలకు ఆరు లక్షలు. నీ జీవితం ఎటు మలుపు తిరగబోతోందో తెలుస్తోందా?" అని అడిగాడు రవికుమార్.

"సార్! నేను పుట్టినప్పటి నుండీ మా మావయ్యకే నన్ను పెళ్లాం అనుకుని అందరూ అనుకుంటున్నారు. అలాగే పెరిగాం కూడా! కానీ మధ్యలో ఈ ప్రేమ అనే బలహీన వస్తువుకి నేను ఎందుకు ఆకర్షితురాలయ్యానో నాకే అర్థం కావట్లేదు సార్! నా జీవితం అందరికీ ఒక గుణపాఠం కావాలి. చదువుకునే వయస్సులో ప్రేమ అనే రెండక్షరాలకు బలైతే జీవితం ఎంత దుర్భరం అవుతుందో అందరికీ తెలియాలి. తెలిసీ తెలియని వయస్సులో ప్రేమ అనే బలహీనతకు లొంగితే ఉజ్వల భవితకు, తల్లిదండ్రులకు ఎలా దూరమవ్వచ్చో నా కథే పెద్ద ఉదాహరణ. అదృష్టం తలుపు తట్టి నా దగ్గరకి వస్తానన్నా, దురదృష్టాన్ని వేరే గుమ్మం ద్వారా నా జీవితం లోకి స్వాగతించిన అజ్ఞానురాలిని" అని రవికుమార్ కాళ్ల మీద పడి తన కన్నీళ్లతో అతని పాదాలకు అభిషేకం చేసింది.

అతను ఇదంతా చూడలేక ఒక రెండువేల రూపాయల నోట్ల కట్టను కావేరి చేతిలో ఉంచాడు. "సార్! ఏంటి ఇది" అని అడిగింది కావేరి.

"ఇది కాదనకమ్మా! ఒక కూతురికి ఒక తండ్రి, తన కూతురికి ఇస్తున్నది అనుకో! పిల్లాడికి మంచి బట్టలు కొను" అని ఒక్కసారి మనసారా కావేరిని దీవించి కన్నీళ్లతోనే వెనుదిరిగాడు రవికుమార్.

★★★

ఇది జరిగి ఆరు నెలలయ్యింది. ఒకరోజు కావేరి తల్లి కౌసల్య తన అన్న వీర బాబుని తీసుకుని, శుభలేఖలతో రవికుమార్ ఇంటికి వచ్చింది.

"ముందు మేము కాలేజీకి వెళ్లాం సార్. మీరు కాలేజీ ఎవరికో అమ్మేసారుట. అక్కడున్న వారు మీ అడ్రస్ ఇచ్చారు. ఇక్కడికి వచ్చాం " అని రవికుమార్ తో అంది కౌసల్య.

"అవునమ్మా! ఆ రోజు కావేరి విషయంలో ఆ సంఘటన జరిగిన తర్వాత ఆ కాలేజీని అమ్మేసాను. నేను కాలేజీ పెట్టి తప్పు చేసానన్న ఆవేదన నా మనసును కలవర పెట్టింది. ఇదిగో ఇక నా జీవితాన్ని ఇలా గడుపుతున్నాను" అని తన ఇంటి వద్ద పెట్టుకున్న చిన్న ట్యూషన్ సెంటర్ ని చూపించాడు.

"కావేరి చేసిన తప్పుకు మీరేం చేస్తారు సార్! కావేరిని సొంత కూతురి కన్నా బాగా చూసుకున్నారు. అది నాకు బాగా తెలుసు. మీరింక దాని గురించి ఆలోచించి మనసు పాడు చేసుకోవద్దు. ఇదిగోండి శుభలేఖ. నా తమ్ముణ్ణి, సరయూకి ఇచ్చి పెళ్లి చేయడానికి నిశ్చయించుకున్నాము. మీరు పెళ్లికి తప్పక రావాలి. మీరు వచ్చి ఆశీర్వదిస్తేనే పెళ్లి చేసుకుంటానని సరయు మరీ మరీ చెప్పమంది" అని చెప్పి కార్డు ఇచ్చింది కౌసల్య. నవ్వుతూ కార్డు తీసుకున్నాడు రవికుమార్.

అందరి ఆశీర్వాదంతో, ముఖ్యంగా రవికుమార్ గారి ఆశీర్వాదంతో అంగరంగ వైభవంగా పెళ్లి జరిగింది.

★★★

"ఏంటి, మేడమ్ గారు ఒంటరిగా ఆలోచనలో పడ్డారు? పార్క్ లో ఎవ్వరినీ కూడా పట్టించుకోవట్లేదు. పతి వచ్చిన సంగతి కూడా మరచిపోయినట్టున్నారు" అని సరయు మెడ చుట్టూ చేతులు వేసి అడిగాడు, ఆఫీసు నుండి అప్పుడే వచ్చిన సాగర్.

కోరని వరం

"ఏం లేదు మావయ్యా! గతం, అక్క, తన జీవితం గుర్తుకు వచ్చాయి" అంది సరయు.

"సరయు, ఒక్కటి చెప్పానా? ఏ నది నీరు ఎప్పుడు ఏ సాగరంలో కలుస్తుందో ఎవరు చెప్పగలరు? ఈ సాగరంలో కావేరి నది కలవలేదు. సరయూ నది కలిసింది. నీకు, నాకు పెళ్లి జరగాలని వ్రాసి ఉంది, జరిగింది. ఇది నీవు కోరని వరమో, లేక ఆ దేవుడే కోరి ఇచ్చిన వరమో తెలియదు. కానీ మిగతా విషయాలు ఎక్కువ ఆలోచించి మనసు పాడు చేసుకోకు. ఉన్న ఈ కొద్ది జీవితాన్ని సరదాగా నాతో ఎంజాయ్ చేయ్. సరేనా?" అని వంగి నమస్కరిస్తూ, ప్రాధేయపడినట్టు అడిగాడు సాగర్.

అతను అంత ప్రేమగా తన జీవితంలోనికి స్వాగతించిన తన మావయ్యని మనసారా గుండెలకు హత్తుకుని మురిసిపోయింది సరయు.

పిల్లలే పెద్దలుగా

ఝాన్సీ లక్ష్మి జొష్టి (శ్రీఝా)

"సుమా, ఓ సుమా బారెడు పొద్దెక్కింది, ఇకనైనా మంచం దిగుతావా?" అంటూ వంటగదిలో నుండి వినిపిస్తున్న అమృత అరుపులకు విసుక్కుంటూనే మంచం దిగి, దుప్పటి మడతపెట్టి బెడ్ షీట్ సరి చేసి వంటగదిలోకి వచ్చింది సుమ. "అబ్బా, ఏంటమ్మా నువ్వు, మొన్నటి వరకు ఎగ్జామ్స్ అని నిద్రపోనివ్వలేదు. ఇపుడు ఎగ్జామ్స్ అయిపోయినా కూడా ప్రశాంతంగా నిద్రపోనివ్వట్లేదు" అని విసుక్కుంటున్న కూతురు వైపు తిరిగి "ఎగ్జామ్స్ అయిపోయినంత మాత్రాన బారెడు పొద్దెక్కేవరకు నిద్ర పొమ్మని రాజ్యాంగంలో రాసిపెట్టి లేదు. పొద్దున్నే నిద్రలేవడం ఆరోగ్యానికి మంచిది" అంది అమృత.

"ఇపుడు నీ ఆరోగ్య సూత్రాలు వినే ఓపిక నాకు లేదు కానీ, విషయమేంటో చెప్పమ్మా" అంటూ వంటగది గట్టుమీద కూర్చొంది సుమ. "నేను ఇక్కడ అష్టావధానం చేయడం రెండు కళ్ళతో చూస్తూనే ఉన్నావుగా, ఇంకా చెప్పాల్సిన అవసరం ఉందా? నిన్నటి నుండి పనిమనిషి రావట్లేదు. అన్ని పనులు ఒక్క దాన్నే చేసుకోలేక చస్తున్నాను. నువ్వు కొంచెం ఆ గిన్నెలు కడిగి పెడితే నేను త్వరగా వంట పని ముగించి రెడీ అవుతాను. అసలే ఇవాళ బోర్డు మీటింగ్ ఉంది, ఆఫీస్ కి త్వరగా వెళ్ళాలి" బ్రతిమాలుతున్న ధోరణిలో చెప్పింది అమృత.

"ఆ లక్ష్మి ఎప్పుడు సరిగా వచ్చింది అని ఇవాళ రాలేదు అనుకోవడానికి? సగం పని నువ్వే చేసుకొని ఫుల్ జీతం ఇచ్చేస్తావు? ఆమెను మాన్పించి ఇంకొకరిని పెట్టుకోవచ్చు గా?" అంటూనే చకచకా గిన్నెలు కడగడం మొదలుపెట్టింది సుమ. "పనికి నాగాలు పెడుతుంది అనే కానీ, దానంత నమ్మకమైన, మంచి పనిమనిషి ఇంకొకరు దొరకరు. ఇంటికి చుట్టాలు వచ్చినా, లేదంటే పండగ రోజుల్లో పనులు ఎక్కువైనా కూడా డబ్బులు ఎక్కువ ఇవ్వమని అడగదు. పైగా దానికి ఇంట్లో యేవో సమస్యలు ఉన్నాయి, ఇపుడు మనం

పని మాన్పించేస్తే దానికి కష్టం అవుతుంది అని కూతురితో కబుర్లు చెప్తూనే వంట ముగించేసింది అమృత.

"అమృతా, కాఫీ" అంటూ పడకగదిలో నుండి వినోద్ గొంతు వినిపించగానే ఒక్కసారిగా ఉలిక్కిపడి హడావిడిగా కాఫీ కలుపుకొని వెళ్ళింది అమృత. "ఇలాగేనా కాఫీ కలిపేది, పెళ్ళయ్యి ఇన్ని సంవత్సరాలు అయినా కాఫీ పెట్టడం కూడా చేత కాదు. సంపాదిస్తున్నాను కదా, ఎలా వండి పడేసినా వాడే తింటాడు అని పొగరు కదా నీకు? అనే ఈటెల్లాంటి మాటలతోపాటు కాఫీ కప్ కింద పడి పగిలిన శబ్దం కూడా విన పడటంతో, త్వరత్వరగా కాఫీ కలుపుకొని తీసుకెళ్లి తండ్రికి ఇచ్చి, అపరాధిలా ఒక పక్క తలదించుకుని నిలబడ్డ తల్లిని, "ఆఫీస్ లో బడ్జెట్ మీటింగ్ ఉంది అన్నావు కదా! వెళ్లి రెడీ అవ్వు. నాన్నకు కావల్సినవి నేను అందిస్తానులే" అంటూ బెడ్ రూమ్ నుండి బయటకు తోసింది. తల పైకి ఎత్తితే తన కన్నీళ్లు కూతురికి కనపడతాయని తల వంచుకునే బయటకు వెళ్ళింది అమృత.

కరోనా సమయంలో వినోద్ పని చేస్తున్న సంస్థ నిర్వహణ భారం తగ్గించుకోడానికి సిబ్బంది జీతాల్లో కొరత పెట్టింది. ఇంత తక్కువ జీతానికి ఎవరు పని చేస్తారు ఇది కాకపోతే దీని బాబు లాంటి జాబ్ ఇంకొకటి వస్తుంది అని జాబ్ కి రిజైన్ చేసేశాడు వినోద్. కానీ మూడేళ్లు గడిచినా అతను అనుకున్న రేంజ్ లో అవకాశం రాలేదు. వచ్చిన చిన్న చిన్న ఉద్యోగాలను తిరస్కరిస్తూ పెద్ద పెద్ద ఉద్యోగాలకు అవకాశం రాక చివరికి తన ఖర్చులకు కూడా అమృత సంపాదన మీద ఆధారపడే స్టేజి కి వచ్చేశాడు వినోద్. మొదటి నుంచి కూడా తన తల్లిని తప్ప ఇంకొక ఆడదాన్ని గౌరవించడం తెలియని వినోద్ ఇపుడు అమృత సంపాదన మీద ఆధారపడి బ్రతకడం భరించలేక ఆమెను ఇలా మాటలతో హింసించడం మొదలు పెట్టాడు.

అతనికి ఎదురు సమాధానం చెప్తే ఇంకా రెచ్చిపోయి కాపురాన్ని బజార్లో నిలబెడతాడని పరువుకోసం నోరు మెదపకుండా భరిస్తోంది అమృత. తెలియని వయసులో తండ్రికి వత్తాసు పలుకుతూ నాన్న కూచిలా ఉండేది సుమ. కాలేజీ వయసుకు వచ్చిన తర్వాత తన స్నేహితుల ఇళ్ళల్లో తల్లిదండ్రులు ఒకరికొకరు ఎలా సహాయం చేసుకుంటారో, ఒకరికొకరు ఎంత సపోర్ట్ ఇచ్చుకుంటారో చూసిన తర్వాత తల్లి ఒక్కటే ఎంత భారాన్ని మోస్తుందో అర్థం చేసుకొని తల్లికి సహాయం చేయడం మొదలు పెట్టింది. ఎంత కోపంలో ఉన్నా కూడా సుమ ను చూడగానే ఆగిపోతాడు వినోద్. సుమ ఇంట్లో

ఉన్నప్పుడు వినోద్ నోరు జారడం మొదలుపెడితే ఏదో ఒక వంకతో తల్లిని అక్కడనుండి తప్పించేస్తుంది.

ఇలా రోజులు గడిచిపోతున్నాయి.

చెప్పా పెట్టకుండా పని మానేసి రెండు రోజుల తర్వాత వచ్చిన లక్ష్మి తో "నువ్వు ఇలా చెప్పా పెట్టకుండా మానేస్తే అమ్మకు ఎంత ఇబ్బంది అవుతుందో తెలుసా? ఇంకో సారి ఇలా చేస్తే నీ జీతం కట్ చేస్తాను. నేను మా అమ్మ అంత మంచి దాన్ని అయితే కాదు" అని గొడవ పెట్టుకుంది సుమ. "నువ్వుండవే, పాపం దానికి తలకు అంత దెబ్బ తగిలి కనిపిస్తుంటే అది పట్టించుకోకుండా పోట్లాడుతున్నావ్" అంటూ సుమ ను వెనక్కి లాగి, "ముందు నువ్వు స్థిమితంగా కూర్చో లక్ష్మి" అంటూ మంచి నీళ్ల గ్లాస్ అందించి, "అసలు ఆ దెబ్బ ఎందుకు తగిలింది?" అని అడిగింది అమృత.

"మా మావ ఏ పనీ చేయకుండా నేను సంపాదించింది పట్టుకెళ్లి తాగి తందనాలు ఆడతాడని మీకు తెలుసు కదమ్మా. మొన్న పిల్ల దాని పరీక్ష ఫీజుకని దాచిన డబ్బులు కూడా పట్టుకెళ్లి తాగొచ్చాడు. అదేంటని అడిగితే గొడ్డును బాదినట్లు బాదేశాడు. ఇన్ని రోజులు ఏ పనీ చేయకున్నా మగదిక్కు లేని సంసారం అంటే అందరికి లోకువ అవుతామని వాడిని భరిస్తూ వచ్చాను. ఇపుడు నా బిడ్డ భవిష్యత్తుకు కూడా అడ్డొస్తుంటే ఇక సహించలేక పంచాయితీ పెట్టి ఇంట్లో నుండి గెంటించేసాను. మా అత్త కూడా నా పక్కే నిలబడింది. ఇక పై నాగాలు పెట్టకుండా పనిలో కొస్తానమ్మా అని చెప్పి పనిలోకి దిగింది లక్ష్మి.

క్రిందటి నెల తండ్రి బాగా తాగేసి తల్లిని టేబుల్ కేసి బాదితే డాక్టర్ దగ్గరకు తీసుకెళ్లినప్పుడు నిద్ర మత్తులో బాత్రూం డోర్ కి కొట్టుకున్నానని అమ్మ అబద్ధం చెప్పడం చప్పున గుర్తొచ్చింది సుమకు. ఆ టైములో నానమ్మ కూడా ఇక్కడే ఉంది. నాన్నని మందలించాల్సింది పోయి మగవాళ్లు అన్నాక అలాగే ఉంటారు, మనమే ఓర్పుతో సరిచేసుకోవాలి. మీ అమ్మ వాళ్లతో మాట వరసకు కూడా అనకు అంటూ అమృతకే సర్ది చెప్పడం , నాలుగు కుట్లు పడినా కూడా కట్టు కట్టించుకొని అన్ని పనులు చేసుకొని అమృత ఆఫీస్ కి వెళ్లడం కూడా గుర్తొచ్చి మనసంతా అదోలా అయిపోయింది సుమకు. సాధ్యమైనంత వరకు అమ్మకు సాయం చేస్తూ అమ్మకు తోడుగా ఉండాలని నిర్ణయించుకున్న తర్వాత కానీ మనసు కుదుట పడలేదు సుమకు.

శనివారం సాయంత్రం ఆఫీస్ నుండి వచ్చిన అమృత మొహం అంతా ఎర్ర బారి కళ్ళు ఏడ్చినట్లుగా ఉబ్బి ఉండటం గమనించింది సుమ. " అమ్మా, ఏమైంది! ఎందుకు అలా

ఉన్నావు?" అని అడిగితే "ఏమీ లేదు, మెట్రో లో ఫుల్ రష్ గా ఉంది. కొంచెం అలసిపోయాను అంతే" అంటూ అక్కడే ఉంటే కూతురు ఇంకేమి ప్రశ్నలు వేస్తుందో అన్నట్లుగా అక్కడనుండి లేచి వెళ్ళిపోయింది.

'ఏమై ఉంటుందా' అని ఆలోచిస్తూ అలాగే సోఫాలో కూర్చొన్న సుమ దడదడమంటూ తలుపు కొడుతున్న చప్పుడుకి ఉలిక్కిపడి లేచి, "కాలింగ్ బెల్ ఉంది కదా, ఎందుకు ఇలా తలుపులు విరగ్గొడుతున్నారు? అంటూ విసురుగా తలుపు తీసి ఎదురుగా కోపంతో ఊగిపోతున్న వినోద్ ని చూసి భయంతో ఒక అడుగు వెనక్కి వేసింది. "ఏది మీ అమ్మ ఎక్కడ చచ్చింది అంటూ అమృతా, ఒసే అమృతా!" అని అరుస్తూ బెడ్ రూమ్ లోకి వెళ్ళాడు. తీవ్రమైన మానసిక ఒత్తిడికి లోనయినట్లు ఒడలిన గులాబీలా ముడుచుకొని పడుకొని ఉన్న అమృత చెయ్యి పట్టుకొని విసురుగా లాగాడు. "ఎంత ధైర్యం ఉంటే పోలీస్ స్టేషన్ కి వెళ్తావు అని కరుస్తున్నట్లుగా" అడిగాడు.

భర్త కోపాన్ని చూసి మాటలు తడబడుతుండగా, "అది కాదండీ, మా ఎండీ అందరినీ మాటలతో చేతలతో హెరాస్ చేస్తుంటాడు. ఎదురు తిరిగితే ఎక్కడ ఉద్యోగాలు పోతాయో అని ఎవరికి వాళ్ళు తప్పించుకొని తిరగడం మొదలుపెట్టారు. ఇవాళ మీటింగ్ గురించి డిస్కస్ చేయాలి అని కేబిన్ కి పిలిచి నా చేయి పట్టుకున్నాడు. విదిలించుకుని వచ్చి ఏడుస్తుంటే మా డిపార్ట్‌మెంట్ హెడ్ సదాశివరావు గారు ఇలా భరించినంత కాలం వాళ్ళు మారరు, మీరందరూ కలసి కట్టుగా వెళ్లి షీ టీం కి కంప్లైంట్ చేయండి అని ధైర్యం చెప్తే అందరం కలిసి వెళ్లి కంప్లైంట్ ఇచ్చాము" అని వణుకుతున్న గొంతుతో చెప్పింది అమృత.

"వాళ్లందరినీ కావాలంటే వెళ్లి గంగలో దూకమను, నువ్వెందుకు స్టేషన్ కి వెళ్ళావు? మా చిన్నత్త కొడుకు ఫోన్ చేసి "అమృత స్టేషన్‌లోకి వెళ్తూ కనపడింది రా, ఏంటి విషయం. మీ మధ్య గొడవలు ఏమైనా అయ్యాయా?" అని ఫోన్ చేసి అడిగాడు. నువ్వు చేసిన పనివల్ల నేను నలుగురిలో మాటపడాల్సి వస్తోంది. అయినా మీరు సక్రమంగా ఉంటే అతను మీ జోలికి ఎందుకు వస్తాడు, ఎంత అలుసు ఇవ్వకపోతే నీ చేయి పట్టుకునే వరకు వస్తాడు?" అంటున్న భర్త మాటలకు ఒక్కసారిగా కుప్పకూలిపోయింది అమృత. ఆమె పరిస్థితి పట్టించుకోకుండా ఇపుడు మీరు కంప్లైంట్ ఇచ్చిన విషయం తెలిసి అతను అందరినీ జాబ్ లో నుండి తీసేస్తే ఇల్లు ఎలా గడుస్తుంది అనుకున్నావ్? ఇంకో జాబ్ రావడం అంత ఈజీ అనుకున్నావా? నీకంటే హై క్వాలిఫికేషన్స్ ఉన్న నేనే రెండేళ్ళనుండి తిప్పలు పడుతున్నాను.

వచ్చే నెల నుండి ఇంటి EMI ఎలా కట్టాలి, కార్ EMI ఎలా కట్టాలి. బ్యాంకు వాళ్ళు ఇంటికి వస్తే మా వాళ్లలో తల ఎత్తుకొని తిరగగలనా? నీవల్ల నాకు వీసమెత్తు ఉపయోగం లేదు" అంటూ కాలితో అమృతను తన్న బోయాడు వినోద్.

ఇంతలో ముందుకు వచ్చిన సుమ, వినోద్ ను చేత్తో వెనక్కు నెట్టి, మోకాళ్ల మీద కింద కూర్చొని తల్లిని పైకి లేపి గుండెలకు పొదువుకొని నిప్పులు కక్కుతున్న కళ్ళతో తండ్రివైపు చూస్తూ "నువ్వు అసలు మనిషివేనా? ఇన్ని రోజులు నువ్వే నా రోల్ మోడల్ అని, నా హీరో అని మురిసిపోయినందుకు నా మీద నాకే అసహ్యం వేస్తోంది నాన్న. ఏమన్నావు అమ్మ స్టేషన్ కి వెళ్తే నీ పరువు పోయిందా? అందరు చూసి నవ్వుతారా? ఇపుడు మాత్రం నిన్ను చూసి అందరు గౌరవిస్తున్నారు అనుకున్నావా? పెళ్ళాం సంపాదిస్తుంటే తిని తిరుగుతున్నావు అని నీ వెనక ఎలా నవ్వుకుంటున్నారో నీకు తెలుసా? ఇంటి EMI, కార్ EMI అంటున్నావ్, మరి నువ్వు జాబ్ మానేసినపుడు అవి ఉన్నాయి అని నీకు గుర్తు రాలేదా? రెండేళ్ల నుండి నీ సంపాదన లేకున్నా దేనికి లోటు లేకుండా నడపడానికి అమ్మ ఎన్ని తిప్పలు పడుతుందో ఏ రోజు అయినా గమనించావా? హెల్త్ బాగున్నా లేకున్నా జీతం ఎక్కడ కట్ చేస్తారో అని ఒక్కరోజు కూడా సెలవు పెట్టడానికి ఇష్టపడదు " అంటూ ఆయాసం రావడంతో ఒక్క క్షణం అలుపు తీర్చుకోడానికి ఆగింది సుమ.

ఎప్పుడు తన వెంటే తిరుగుతూ తనతోపాటు అమృతను ఆటపట్టించే సుమ ఇలా ఎదురు తిరిగి మాట్లాడటంతో నివ్వెరపోయాడు వినోద్. "ఇంకా ఏంటి నాన్నా అన్నావు మీ చిన్నత్త కొడుకు నీకు నీ భార్యకు గొడవలు అయ్యాయా అని అడిగాడు అన్నావు కదా? అసలు ఈరోజు కాదు నువ్వు మొదటిసారి అమ్మ ఒంటిమీద దెబ్బ వేసిన రోజే స్టేషన్ కి వెళ్లి కంప్లైంట్ ఇచ్చి ఉంటే ఇవాళ నువ్వు ఇన్ని మాటలు అనగలిగేవాడివి కాదు, అమ్మ అలుసు ఇచ్చింది ఆఫీస్ లో బాస్ కి కాదు ఇంట్లో నీకు అలుసు ఇచ్చింది. అందుకే నువ్వు ఇంత జులుం చేస్తున్నావ్? ఆఫీస్ లో అంత టార్చర్ అనుభవిస్తూ కూడా అమ్మ నీకు ఎందుకు చెప్పుకోలేకపోయిందో తెలుసా నీకు అర్థం చేసుకునే మెచ్యూరిటీ లేదు అని. అయినా తప్పు చేసిన వాడిమీద కంప్లైంట్ ఇస్తే జాబ్ పోదు, ఒకవేళ పోయినా అమ్మకు అంతకంటే మంచి జాబ్ వెంటనే వస్తుంది, ఎందుకంటే అమ్మ నీలాగా ఆకాశానికి నిచ్చెన వేయదు కాబట్టి.

మగాడు అంటే ఆడవాళ్ళ మీద జులుం చేసేవాడు కాదు నాన్నా, తనను నమ్ముకొని వచ్చినదాన్ని అన్ని విధాలా రక్షించేవాడు. రేపు కాలేజీ లో ఎవడైనా నన్ను కామెంట్ చేసినా నువ్వు నాదే తప్పు అంటావని అర్థమైంది. ఇక నీ దగ్గర ఉండటంలో అర్థం లేదు, నేను మా

అమ్మ వెళ్ళిపోతున్నాం. నీ పరువు ఎలా కాపాడుకుంటావో కాపాడుకో" అంటూ తల్లిని పట్టుకొని డోర్ దగ్గరకు తీసుకెళ్లింది సుమ.

అప్పటికి కొంచెం తేరుకున్న అమృత, "అమ్మ సుమా! కొంచెం ఆవేశం తగ్గించుకో, నాన్న ఏదో కోపంలో అలా మాట్లాడారు. నాన్నని వదిలిపెట్టి ఎలా బ్రతుకుతాం" అంది. "ఇంత చదువుకున్నావు, నాలుగిళ్ళల్లో పని చేసుకొని బ్రతికే లక్ష్మి కి ఉన్న ఆత్మవిశ్వాసం నీకు ఎందుకు లేదు? నువ్వు ఇలా మెతకగా ఉంటే అందరు నిన్ను ఇలానే ఆడిస్తారు. కావాలని గొడవలు పెట్టుకొమ్మని ఎవరూ చెప్పరు అమ్మా, కానీ మన అస్తిత్వానికి దెబ్బ తగులుతున్నప్పుడు కూడా చేతులు కట్టుకొని కూర్చుంటే అది మన చేతకానితనమే అవుతుంది. ఇక పరువు అంటావా మనం ఉంది అనుకుంటే ఉంటుంది, లేదు అనుకుంటే లేదు. బాధలను భరిస్తూ నోరు మెదపకుండా పడి వుండటమే పరువు అనుకుంటే అది మనకు వద్దమ్మా! ఒకరిని మోసం చేయకుండా మన విలువలు పోగొట్టుకోకుండా ఎక్కడ బ్రతికినా అది పరువుతో బ్రతికినట్లే. నన్ను నమ్ము అమ్మా! నిన్ను నేను చూసుకుంటాను" అని తల్లిలా ధైర్యం చెప్తున్న కూతురిని ఆశ్చర్యంగా చూస్తూ ఉండిపోయింది అమృత.

నిన్నగాక మొన్న టీనేజీ లో అడుగుపెట్టిన కూతురు ప్రపంచాన్ని చదివినట్లు గా తన తప్పులు కళ్ళకు కట్టినట్లు గా చూపిస్తుంటే, ఒక్కసారి భార్య గడపదాటితే తను మోత్తుకుంటున్న పరువు నిజంగానే బజారున పడుతుంది అని అర్థమై వెళ్లి అమృత చేతిని పట్టుకున్నాడు వినోద్. మోకాళ్లమీద కూర్చొని ఆమె చేతులు పట్టుకొని కన్నీళ్లు కారుస్తూ "నిజంగా నిన్ను నా మాటలతో, చేష్టలతో చాలా ఇబ్బంది పెట్టాను అమృతా. నా కడుపున పుట్టిన కూతురుతో బుద్ధి చెప్పించుకోవాల్సి వచ్చింది. నిజానికి నిన్ను పెట్టిన కష్టానికి నీ కాళ్ళు పట్టుకోవాలి కానీ ఇన్ని రోజులుగా పెంచి పోషించుకున్న నా పురుషాహంకారం దానికి ఒప్పుకోదు. కానీ నేను తప్పకుండా మారతాను అమృతా, నా కూతురితో మళ్ళీ నా నాన్న నా హీరో అనిపించుకోడానికి అయినా మారతాను. ఈ ఒక్కసారికి నన్ను క్షమించు" అన్నాడు గద్గద స్వరంతో.

తండ్రి నిజంగానే పశ్చాత్తాప పడుతున్నాడు అని అర్థం చేసుకున్న సుమ కళ్ళతోనే సరే అన్నట్లుగా అమృతకు సైగ చేసి "ఈ ఒక్కసారికి నీ మాట నమ్ముతున్నాను నాన్నా, మరోసారి అమ్మను ఇబ్బంది పెడితే మాత్రం నువ్వు ఎన్ని చెప్పినా వినేది లేదు అంటూ వాళ్ళిద్దరినీ అక్కడే వదిలేసి తన రూమ్ లో కి వెళ్ళిపోయింది సుమ. అమృతను మరోసారి

క్షమాపణలు అడుగుతున్న వినోద్ మాటలు వింటూ ఇకపై మా ఇంట్లో కూడా సంతోషపు జల్లులు విరుస్తాయి అని ఆనందపడింది సుమ.

తప్పు చేస్తే సరిదిద్దే బాధ్యత పెద్దలదే కాదు, ఒక్కోసారి పిల్లలది కూడా అవుతుంది. ఇప్పటి పిల్లలు ప్రపంచాన్ని చదువుతున్నారు. మనం చెప్పే మాటలకన్నా మనం చేసే పనులే వాళ్ళ మీద ఎక్కువ ప్రభావాన్ని చూపిస్తాయి. ముఖ్యంగా టీనేజీ పిల్లలలో ఆ ప్రభావం ఎక్కువగా ఉంటుంది. తమ ప్రవర్తనతో పిల్లలకు ఆదర్శంగా ఉండాల్సిన పెద్దలు వాళ్లతో బుద్ధి చెప్పించుకునే స్థితి కి రాకూడదు అని ఆశిస్తున్నాను.

ప్రేమంటే ఏంటండి?

బులుసు సరోజినిదేవి.

లేటెస్ట్ సినిమా పాటలు గొంతెత్తి పాడేస్తూ ఇల్లంతా క్లీన్ చేసేసి అంతే హడావిడిగా వెళ్ళిపోతుంది ఆ పంతొమ్మిదేళ్ల పిల్ల. అన్నీ కొక్కిరి బిక్కిరి పాటలే.

మెలోడీ లు ఉండవు. గిన్నెలు బరా బరా తోమినట్టు. బట్టలు దబా దబా బాదినట్టు. ఊపిరి సలపడానికి టైమ్ పట్టేటట్టు మోత.

బారెడు జడతో పెద్ద పెద్ద కళ్ళు తిప్పుకుంటూ పాటలు పాడుతూ పని చేసుకుపోయే ఆ పిల్ల పేరు చిత్ర. నాకా పిల్లని చూస్తే సరదాగా ఉండేది.

రోజులు హాయిగా సాగిపోతున్నాయి. మా అమ్మాయి చదువయిపోయి, అబ్బాయి ట్రాన్స్‌ఫర్ అయి ఇల్లు చేరాక చిత్ర పాటలు నచ్చడం లేదని ఆపేయాలని డిమాండ్ చేసింది మా అమ్మాయి.

“అయితే పని చెయ్యను. పాటలు పాడుతుంటే పని చేస్తున్నానని తెలియదు. సులువు నాకు !”అంది చిత్ర.

నాకు గాబరా పుట్టింది. అది పని మానేస్తే ఆ భారం నా మీద పడుతుంది. వాదనలకు తావివ్వకుండా నవ్విస్తూ ఎలాగోలా ఒప్పించా మా అమ్మాయిని. చిత్ర పాడే పాటలు ఒక్క గంటే. మొత్తం ఇల్లు చూడముచ్చటగా చేసేసి పోతుంది. పైగా కొత్తగా ఎలా ఉందో.. ఆ సినిమాలేమిటో ఎవరు హీరో, హీరోయిన్లు, డైలాగ్ లతో సహా తెలిసిపోయి లేటెస్ట్ ట్రెండ్ తెలుస్తుంది. ఎవరికైనా ప్రేమ కథలే కదా ఉత్సాహం, ఉల్లాసం?

★★★

మా అమ్మాయి, అబ్బాయి తమ కామన్ ఫ్రెండ్స్ తో పది రోజుల సరదా టూర్ కి వెళ్లారు. ఒక్క దాన్నే ఉన్నానని తన ఫ్రెండ్స్ ఇద్దర్ని పట్టుకొచ్చేది చిత్ర .కొండ మీద ఇళ్లు

కట్టుకుని ఉంటారు వీళ్లంతా. ముగ్గురూ కలిసే వచ్చి ఏ ఇళ్లల్లో పనులు చేస్తారో జంక్షన్ దగ్గర విడిపోయి , పనులయ్యాక జంక్షన్ దగ్గర కలిసి ఇళ్ళకి పోతారు.

వాళ్ళ జోక్స్ కొంచెం ముదురుగా ఉన్నా లోకం ఏమిటో తెలుసుకునేందుకు వీలుగా ఉంది నాకు.

నాలుగు రోజులు గడిచాక అదొక్కర్తే వచ్చింది.

వచ్చి నింపాదిగా గిన్నెలు తోమి నెమ్మదిగా ఇల్లు తుడుస్తూ కింద కూర్చుండిపోయి అడిగింది.

"ప్రాణం అంటే ఏంటండి?" అంది.

"ఎందుకే?" అన్నాను.

"నా మొగుడు నేనంటే ప్రాణం అన్నాడండి. ఆడికి , నాకూ పదిహేను సంవత్సరాల తేడా అండి. ఆడలా అనగానే పడిపోయినట్టు ఉన్నానండి.అసలు ప్రేమంటే ఏంటండి!"

నేనేం మాట్లాడలేదు.

"చదువుకుంటే తెలుస్తుందా అండి?"

మౌనంగా ఉన్నాను. ఈ పిల్లకి నేనేం చెప్పగలను?

"ఇప్పుడు చదువు వస్తుందా అండి?"

"చదువుకోవాలంటే డబ్బు కూడా ఉండాలి కదండీ?"

"చదువొచ్చిన ఎన్నాళ్ళకి ప్రేమంటే తెలుస్తుందండి?"

"నా మొగుడికి కూడా చదువు వచ్చి ఉండాలి కదండీ?"

నేనంటే ఎలాగో ఒకలా చదువుకుంటానండి . వాడు వినడేమో? తాగుడు మరిగాడండి.

నువ్వంటే ప్రాణం అన్నాడనే పెళ్లాడానండి. వాడు కారు డ్రైవర్ అండి. కార్లో ఏమి తిప్పేవాడో పెళ్లి అవకముందు. సినిమాలు, షికార్లు, హాయిగా ఉందని పెళ్లాడానండి. ఇప్పుడు షికార్లన్నా, కారు అన్నా నాకు ఎగ ఊపిరి అండి.

పెళ్ళయిన కొత్త కదా? కొడుకు ఓ చిన్న వయసున్న దాన్ని లగ్గం ఆడాడని మా అత్త చాలా పద్ధతిగా ఇంట్లోకి తీసుకెళ్లింది. మా అయ్య పెట్టిన ప్రతీ వస్తువు అత్తకి ఇచ్చేశానండి. మా అయ్య రెక్కలు ముక్కలు చేసుకుని కష్టపడి నాకిచ్చిన రెండు లక్షలు మా అత్తకే

ఇచ్చేసినా. అత్తే అమ్మ అనుకున్న. ఆ ఇల్లే నా ఇల్లు అనుకున్న. కానీ పోను పోను ఎన్నో తెలుత్తున్నాయ్ అండి.

మా అత్త మొగుడు చచ్చిపోలేదటండి. ఇంకో దానితో తిరుగుతుంటే ఈవిడే వదిలేసిందండి. ఏ ఆడదైనా ఎందుకు ఊరుకుంటుంది? అనుకున్నా అండి. మా ఆయనకి ఇద్దరు చెల్లెళ్లండి. రోజంతా టీవీ చూస్తారండి .అత్త కూడా.

పనుల్లోకి అస్సలు వెళ్లడం మానేసారండి. సినిమా మీద సినిమా.. సీరియళ్లు, వాటిలో అత్తాకోడళ్ళు గొడవలు, హత్యలు. ఇవే ఎంతసేపటికి! నన్ను విలన్ లా చూడడం మొదలెట్టా రండి. ఇప్పటికే వాళ్ళకి బుర్ర డస్ట్ బిన్ అయిపోయిందండి.

నేను సంపాదిస్తున్న ఏడు వేలు ఇచ్చేయ్యాలట.

కొడుకు తాగడానికి మూడు వేలు, వాళ్ళకి మూడువేలు. ఒక వెయ్యి నాకట. మా అత్త తన చేతుల్తో కొడుకుకి తాగడానికి ఇస్తుందండి.

ఇది అన్యాయం అవునా? కాదా? చెప్పండి! " చిత్ర కళ్ళల్లో నుంచి కన్నీళ్లు జల జలా రాలాయి.

"నా ప్రాణానికి ఈ పనులే ఎక్కువండి. ఇంకా ఎక్స్ట్రా పనులు చెయ్యగలనా?" అంది.

నేను ఏం మాట్లాడను? ఆ వేదన నన్ను కుదిపేస్తుంది.

ఒక ఐదు నిముషాల నిశ్శబ్దం తరువాత–

"అసలు ప్రాణమంటే శరీరానిది కదండీ?" అంది తనకేదో అర్థం అయినట్టు.

నేను మౌనంగా ఉన్నాను.

పని పూర్తి చేసింది.

వెళ్లబోతూ అంది.

"మా వాళ్ళందరూ వాడిని వదిలేసి ఇంకో పెళ్లి చేసుకోమంటున్నారండి. మాలో మారు మనువు తప్పు లేదు. కానీ వాడిని ఒగ్గలేను. మైకం దిగాక రోజూ అడుగుతాడు తలొంచుకుని.

"నన్ను ఒగ్గేసిపోకు, అని. వాడి గొంతు అప్పుడు వినాలి. ప్రాణం లాగేస్తుందండి.

ఇక్కడ ప్రాణం అంటే లోపలేదోనండి.లోపలేదో చుట్టేస్తుందండి.

ఏడుపు రాదు. పోదు.

"దీన్ని ప్రేమ అంటే ఇది నాకొద్దండి!" అంది.

అంటూనే ఇంటికెళ్లి పోయింది.

ఈ లోపున జనం పోటెత్తి పోవడం వల్ల మా ఊళ్ళో వైరల్ ఫీవర్ లు వచ్చి అతలాకుతలం చేసేశాయి.

చిత్ర పని లోకి రావడం సడన్ గా మానేసింది.

ఇప్పుడు చిత్ర ఎక్కడుందో ఆరా తీసినా తెలియలేదు.

దారి మార్చుకో, తప్పు లేదు

మీనాక్షి శ్రీనివాస్

గత కొన్ని రోజులుగా అరుణ మనసు మనసులో లేదు. ఇలా ఎందుకు జరిగిందీ? ఐ ఏ ఎం లోనే సీట్ వచ్చిన తనకు, తనకు ఇష్టమైన, తను కోరుకున్న ఏ చదువులోనైనా అవలీలగా సీట్ సంపాదించ లేదా?

గలదు. కానీ కానీ... ఆమె మనసులో బాధ, అసహనం, దుఃఖం, తన మీద తనకే కోపం.

తండ్రి తనను ఐ ఏ ఎం లో మార్కెటింగ్ ఎం బీ ఏ చేయమన్నప్పుడు తను నోరు విప్పి తన మనసు తండ్రి ముందు ఉంచక పోవడమే తను చేసిన అతి పెద్ద తప్పు.

అయిష్టంగానే అందులో చేరినా కష్టపడి ఇష్టంగానే చదువు పూర్తిచేసిన తనకు ఒక పేరు మోసిన భీమా కంపెనీలో పెద్ద హోదా, ఆరంకెల జీతంతోనే ఉద్యోగ జీవితం మొదలైంది.

మొదట్లో తను ఎంతో ఉత్సాహంగా, ఆనందంగానే తన బాధ్యతలు నిర్వర్తించింది.

కానీ రాను రానూ జీవితం యాంత్రికంగా తయారవడం భరించలేకపోతోంది.

ఎంత చేసినా ఇంకా ఇంకా పెంచేసే లక్ష్యాలు, వాటి వెంట పరుగులు. ఇంతేనా జీవితం అంటే? అన్న ప్రశ్న అరుణని నిలదీయ సాగింది.

అదే సమయంలో పరిచయమయ్యాడు సుమంత్. తన ఆఫీస్ లోనే తనకు పై అధికారిగా.

ఎప్పుడూ నవ్వుతూ, నవ్విస్తూ అందరితోనూ కలుపుగోలుగా ఉండే అతనంటే ఇష్టం ఏర్పడింది. ఆ ఇష్టం ప్రేమగా మారడానికీ ఎన్నో రోజులు పట్టలేదు.

పరస్పరం మాట్లాడుకుని మనసులు ఇచ్చి పుచ్చుకున్నారు.

పిల్లలు నిర్ణయించుకున్నా పెద్దలు కాదనడానికేం ఉంది? ఇరువైపుల పెద్దల అంగీకారంతో ఒకటయ్యారు.

భార్యాభర్తలు ఒకే కార్యాలయంలో చేయకూడదు అన్న నిబంధన అనుసరించి ఆమెను వేరే శాఖకు బదిలీ చేసారు.

కొన్ని రోజులు ఆనందంగానే సాగిపోయాయి.

అరుణలో అసంతృప్తి మొదలైంది. అలా అని మనసులో మాట నిర్భయంగా, నిస్సందేహంగా బయటకు చెప్పడం అలవాటు లేని ఆమె మూడీగా మారిపోవడం, ఎప్పుడు చూసినా ఏదో కోల్పోయినట్టు ఉండడం.

అటు ఉద్యోగ జీవితం, ఇటు వ్యక్తిగత జీవితం కూడా బరువుగా, అయిష్టంగా యాంత్రికంగా తయారైంది.

ప్రస్తుత ఉద్యోగపు ఒత్తిళ్ళలో అందరికీ యాంత్రికతే కానీ పక్కనే ఉన్నా ఆ మనిషి ఎలా ఉన్నాడు? ఏం ఆలోచిస్తున్నాడు, కృంగుబాటుతనంతో ఉన్నాడా? అని తెలుసుకునే ఓర్పూ, నేర్పూ ఎవరికీ ఉండడం లేదు.

అది ఆడైనా మగైనా ఒకటే, ఒకేలా ఉంటున్నారు. సుమంత్ కూడా అందుకు మినహాయింపు కాదు. అది అరుణను మరీ బాధిస్తోంది.

మనసులో ఉన్న బాధ, సంతోషం, దుఃఖం ఏదైనా సరే పంచుకుంటే మనసు తేలికవుతుంది.

ఇప్పుడు పిల్లలకి ప్రతిదీ ప్రైవసీ,.. పర్సనల్ ... అందువల్ల వాళ్ళ మనసుల్లో గూడు కట్టుకున్న బాధ బయటకు రాదు. మనసు తేలిక పడదు.

ఒకే గూటిలో ఉన్నా ఎవరికి వారే యమునాతీరే అన్న చందంగా తయారైంది వారి జీవితం, కాపురం.

అలాంటి సమయంలో కలిసింది అరుణ బాల్య స్నేహితురాలు అహల్య.

చిన్నప్పుడు పదో తరగతి వరకూ కలిసి చదువుకున్నారు.

ఆ తరువాత అరుణ ఇంటర్ ఎం పీ సీ లో ఐ ఐ టీ ప్రత్యేక శిక్షణనిచ్చే కాలేజీలో చేరితే, అహ... చేర్చబడితే, అహల్య మాత్రం స్పష్టమైన అభిప్రాయంతో, తల్లి తండ్రులకు కచ్చితంగా చెప్పేసింది.

తనకు ఆ పోటీ చదువులూ, పరుగు పందాలూ ఒంటికి పడవనీ, చక్కగా తనకు ఇష్టమైన ఫేషన్ డిజైన్ కోర్స్ లో చేరతాననీ.

అందుకు అనుగుణంగా పెద్దగా కష్టపడనవసరం లేని, భవిష్యత్తులో ఉపయోగపడే ఎం ఈ సీ లో మంచి కాలేజ్ లో చేరింది.

ఆడుతూ పాడుతూ చదివి మంచి మార్క్స్ తో ఇంటర్ చదువు పూర్తి చేసి, నేషనల్ ఇన్స్టిట్యూట్ ఆఫ్ ఫేషన్ డిజైనింగ్ ప్రవేశ పరీక్ష రాసి ఎంతో సులభంగా తను ఉన్న ఊళ్లోనే ఉన్న 'హేంస్టెచ్ కాలేజ్ ఆఫ్ క్రియేటివ్ ఎడ్యుకేషన్ 'లో ఫేషన్ డిజైనింగ్ డిగ్రీలో చేరింది.

ఇష్టం అయిన పని చేస్తుంటే మనకు తెలియకుండానే మన మనసులో ఆనందం ముఖంలో ప్రతిఫలిస్తుంది అంటారు.

అలాగే ఆడుతూ పాడుతూ డిగ్రీ, ఆ తరువాత అందులో పీ జీ కూడా పూర్తి చేసిన అహల్య ఇప్పుడు ప్రఖ్యాత ఫ్యాషన్ డిజైనింగ్ కంపెనీలో ఉన్నత పదవీ, పెద్ద జీతంతో ఏ రోజు కా రోజే సరికొత్త వ్యూహంతో, ఆలోచనలతో అందాన్నీ, ఆనందాన్నీ తను పొందుతూ తన చుట్టూ ఉన్న వారికి పంచుతూ ఆనందంగా జీవిస్తుంటే...

ఆమెను కలసినప్పటి నుండీ, ఆమెను అలా ఆనందంగా చూసినప్పటి నుండీ అరుణ మనసు మరింతగా ముడుచుకుపోయింది. మనసులో ఆలోచన మొదలైంది. ఆత్మ విమర్శ మొదలైంది.

'ఈరోజు తన ఈ పరిస్థితికి కారణం ఎవరు? నాకు ఈ చదువు ఇష్టం లేదు, ఫలానాది చదువుతాను' అని స్పష్టంగా, ధైర్యంగా చెప్పలేని తన అశక్తతా?

అమ్మా! నీకు ఈ చదువు ఇష్టమేనా? ఆర్ యూ కంఫర్టబుల్ విథ్ థిస్? లేకుంటే నీకు వేరే ఏదైనా ప్రత్యేకంగా చదవాలని ఉందా? అని అడగని తన తల్లితండ్రులదా?

అయిందేదో అయిపోయిందీ? ఇందులోనే ఇష్టాన్నీ, కష్టాన్ని పెడదాం అని మనసుకు నచ్చచెప్పుకోలేని తన అసమర్థతదా?' ఆలోచనలతో తల పగిలిపోతూంటే ఆపుకోలేని దుఃఖం వచ్చేసింది అరుణకు.

మనసులోని భారం అంతా దిగే దాకా ఏడ్చేసిన ఆమె ఒక నిర్ణయానికి వచ్చింది.

'లేదు, ఈ ఒత్తిడీ, ఈ లక్ష్యాలూ, ఈ పరుగులూ తను తట్టుకోలేదు. ఇకనైనా నాకు కావలసినదేమిటో నిర్ణయించుకుని భవిష్యత్తును అటువైపు మలచుకుంటాను.

దారి మార్చుకో, తప్పు లేదు

'ఇంకా దారులు తెరిచే ఉన్నాయి, అనుక్షణం ఏడుస్తూ ఇష్టం లేని పని చేస్తూ, చస్తూ బ్రతికే కంటే ఇప్పుడు అవకాశాలు ఓపన్. ఎవరికి నచ్చిన పని, మార్గం వాళ్ళు అందుకోవచ్చు. తనకు పెయింటింగ్ అంటే చాలా ఇష్టం. ఆ దారిలో వెడతాను. మొదలుపెట్టగానే ఆశాజనకంగా ఉండకపోవచ్చు. ఇప్పుడొస్తున్నంత ధనం జీతం రూపేణా రాకపోవచ్చు... కానీ తను ప్రశాంతంగా ఉండగలదు.

జీతాలకు జీవితాలు తాకట్టు పెట్టక్కర లేదు.

ఈ ఆలోచన రాగానే ముందు చేసిన పని తను చేస్తున్న ఉద్యోగానికి రాజీ(లేని) నామా ఇచ్చేసింది.

అటకెక్కిన తన చిత్ర రచనకు సంతోషంగా స్వాగతం పలికింది.

'తన నిర్ణయం విన్న అందరూ తననో పిచ్చిదాన్ని చూసినట్టు చూస్తారు. ఇంత చదువూ చదివి ఇదా నువ్వు చేసేది అనుకుంటారు, కొంతమంది ముఖానే అంటారు. పోనీ అననీ, అనుకోనీ' తన జీవితం తనది.

అలాగే తను ఎప్పుడో వేసిన కొన్ని చిత్రాలు ఫేస్ బుక్ లో పెట్టింది.

'కథలకూ, యాడ్స్ కు కూడా కావాలంటే చిత్రాలు వేస్తాననీ తనను సంప్రదించమనీ' నోట్ కూడా పెట్టింది.

సుమంత్ మనసులో ఏం అనుకున్నాడో కానీ పైకి ఏమీ అనలేదు.

తండ్రి మాత్రం తిట్టిన తిట్టు తిట్టకుండా తిట్టాడు.

ఇప్పుడు తను, ఒకప్పటి తను కాదు. అందుకే చిరునవ్వుతో వినేసింది.

అసలు ఇప్పటి తన పరిస్థితికి కారణం ఆయన కాదూ! ఆయనే కాదు చాలామంది తల్లితండ్రులు పిల్లల ఇష్టా ఇష్టాలూ, శక్తియుక్తులూ గమనించకుండా తమ ఇష్టాలనీ, ఆశల్నీ, కోరికల్నీ బలవంతంగా పిల్లల నెత్తిన రుద్దుతారు.

కొంతమంది సర్దుకుని, నిలదొక్కుకుని ఎదుగుతారు. కొంతమంది చతికిలబడతారు.

అందులో వారి తప్పు కానీ, బాధ్యత కానీ ఎంత?

ఈ ప్రశ్న ఎవరూ వేసుకోరు, వాళ్ళ నో 'వైఫల్యం' కింద జమ కట్టేస్తారు.

ఈ భూ ప్రపంచంలో ఎవ్వరూ 'విఫలురు' కాదు. వారు వెళ్ళే మార్గమో, ఎన్నుకున్న మార్గమో, తల్లిదండ్రుల ఒత్తిడో వాళ్ళని అలా చేస్తుంది.' అరుణ మనసిప్పుడు పూర్తిగా ప్రశాంతంగా ఉంది.

భవిష్యత్తు రంగుల హరివిల్లుగా తోస్తోంది.

★★★

సరిగ్గా ఏడాది తరువాత అరుణ చాలా బిజీ చిత్రకారిణి అయిపోయింది. చాలా పత్రికలకూ, యాడ్స్ కూ ఆమె చిత్రకారిణి.

అరుణ వేసే బొమ్మలు జీవం ఉట్టిపడుతూ, ఎంతో భావస్ఫూరకంగా ఉండడంతో ఆమెకు ఆఫర్ మీద ఆఫర్స్ వస్తూ... ఇటు డబ్బూ, అటు పేరు, అన్నింటికంటే ఆత్మానందం, సంతృప్తి... ఇప్పుడు అరుణ ఒకప్పటి కంటే చాలా బిజీ అయిపోయింది, అయినా ముఖంలో చిరునవ్వు చెదరడం లేదు. అలసట లేదు.

ఆమెకెంతో ఇష్టమైన రంగులు, ఆమె జీవితాన్ని కూడా రంగులమయం చేసాయి.

ఇప్పుడు సుమంత్ ఆమెను అర్థం చేసుకోవడం లేదు అన్న బాధే ఆమెలో లేదు.

ఆమే అతనికి ఆలంబనగా మారింది. అలసిన అతనిని సేదదీరుస్తూ జీవితాన్ని ఆనందమయం చేసుకుంది.

'అదే ఇంకా అలాగే ఇష్టం లేని పని చేస్తూ, మనసులో బాధనూ, బరువునూ మోస్తూ ఉంటే జీవితం ఎంత నిస్సారం అయిపోయేది.

థాంక్ గాడ్! ఎప్పటికైనా నా గమ్యం ఏమిటో? నా ఆనందం ఏమిటో తెలుసుకుని నిర్భయంగా నన్ను నేను సరిదిద్దుకున్నా' అని నవ్వుతూ చెప్పే అరుణ ఇప్పుడు వారానికి ఓ కాలేజ్ కి వెళ్ళి, అదీ ముఖ్యంగా ఇంటర్ చదివే వాళ్ళకు 'మోటివేషన్ క్లాసెస్ ' కూడా తీసుకుంటూ ఎందరికో దిశానిర్దేశం చేస్తూ మార్గదర్శకురాలుగా మారింది.

'ఎవరికైనా జీవితంలో సరైన నిర్ణయాలు తీసుకోవాల్సిన వయసు యుక్తవయసే. చదువు, కెరీర్ ఏదైనా తమ మనసుకు నచ్చినదీ, జీవితంలో సాధించాలి అన్న లక్ష్యానికి బాట వేసుకునేది ఆ వయసులోనే...

అందుకనే సరైన సమయంలో సరైన నిర్ణయాలు తీసుకోవడం నేర్చుకోవాలి. మనకు తెలియకపోతే కన్నవారినో, మనకు ఇష్టమైనవారినో, మనతో స్నేహంగా ఉంటూ మన మనసు అర్థం చేసుకునే వారితోనో సలహా, సంప్రదింపులు చేయండి. తప్పులేదు...

ఏది ఏమైనా మీ మనసుకు నచ్చినదీ, మీ భవిష్యత్తుకు మంచి చేసేది మాత్రమే చెయ్యండి. తల్లి తండ్రుల ఇష్టాలకో, ఒత్తిడికో లొంగిపోయి జీవితాలు దుఃఖ భరితం చేసుకోకండి. ఒకవేళ తెలిసో, తెలియకో నచ్చని దారిలోకి వెడితే, చేసేది తప్పుడు పని కానప్పుడూ, వెళ్ళేది తప్పుడు దారి కానప్పుడూ ఎప్పుడైనా, ఇప్పటికైనా నీ దారి మార్చుకో, తప్పు లేదు.

ఎవరికైనా కావలసింది మీకు మంచి జరగడమే. తెలిసీ తెలియని వయసులో తప్పటడుగులూ, తప్పటడుగులూ వేస్తారేమోనన్న భయమే వాళ్లను మిమ్మల్ని కట్టడి చేసేలా చేస్తుంది. అదే మీరు వాళ్లతో మనసు విప్పి మాట్లాడితే వాళ్ళకు మీరేమిటో, మీ మనసేమిటో, ఆశలూ, ఆశయాలూ ఏమిటో అర్థమైతే వాళ్ళు మిమ్మల్ని ఆనందంగా మీకు నచ్చిన చదువు చదువుకోనిస్తారు. ఎదగనిస్తారు, రంగుల ప్రపంచంలో ఎగరనిస్తారు' అంటూ నవ్వుతూ చెప్పే ఆమె మాటలు ఎందరికో స్ఫూర్తిదాయకంగా మారాయి.

అరుణ జీవితం యిప్పుడు ఎంతో కలర్ ఫుల్ గా ఉంది.

(నిర్)లక్ష్యం

కుమ్మరగుంట్ల ప్రసన్న

రాత్రి ఎనిమిది గంటల సమయం అయ్యింది. అప్పుడే బూట్లు చప్పుడు విని నిదానంగా లేచి కూర్చొన్నాడు రోహన్ సాహు. తనకు దగ్గరవుతున్న బూట్లు చప్పుడు వచ్చిన వైపు తలెత్తి చూసాడు. అక్కడ తన కోసమే భోజనం పట్టుకు వచ్చిన ఒక సోల్జర్ కటకటాల అవతల నవ్వుతూ నమస్తే భాయ్ అంటూ పలకరిస్తున్నాడు.

రోహన్ సాహు ఉన్నది ఒక డిఫెన్స్ ప్రిజన్. అతను అక్కడకు వచ్చి ఒక ఐదు నెలలు దాటింది. ఇప్పటి వరకూ అతనిని నవ్వుతూ పలకరించిన వారిని కానీ, తనకన్నా చిన్న వాళ్ళని కానీ చూడలేదు.

ఎంతో చక్కగా నవ్వుతూ (ఉట్టో భాయ్,ఖానా ఖాలో) లే అన్నా, భోజనం చెయ్యి అంటూ భోజనము ను లోపలకు అందించాడు. సాహు కి చాలా ఆశ్చర్యం ఇంకా ఆనందం కలిగాయి.

అందుకు కారణం అతను ఆ ప్రిజన్ కు వచ్చి ఐదు నెలలు దాటింది .మరొక 10 రోజులలో విడుదలై వెళ్ళిపోతాడు. ఇప్పటి వరకూ ఎవ్వరూ తనని అలా నవ్వుతూ పలకరించలేదు. వచ్చామా, డ్యూటీ చేసామా, వెళ్ళిపోయామా అన్నట్టు ఉండేవారు. మొదటి సారిగా ఈ విధంగా పలకరింపు వచ్చేసరికి ఆనందం కలిగింది రోహన్ సాహు కి.

భోజనం అయ్యాక డ్యూటీ నిమిత్తం వచ్చిన సోల్జర్ తో మాటలు కలిపాడు సాహు.(హిందీ లో ఉంటాయి మాటలు. కథ కోసం తెలుగులో వ్రాయడం అయినది గమనించగలరు)

" నీ పేరు ఏంటి తమ్ముడు"

"అభి జాదవ్ అన్నా,

నీ పేరు ఏంటి అన్నా "

"నా పేరు రోహన్ సాహు"

అభి సాహు వైపు తిరిగి “మీది ఏ ఊరు అన్నా , ఎందుకు మీకు శిక్ష వేసారు” అని అడుగుతుండగా, సాహు మౌనంగా అక్కడే కూర్చుండి పోయాడు.

“ఏమైంది అన్నా, మట్లాడవేంటి”

అంటున్న అభితో “తమ్ముడు, నాది

ఒక విచిత్రమైన పరిస్థితి ఏమని చెప్పమంటావు”

“ఏంటన్నా అలా అంటున్నావు”

“అవును తమ్ముడు. నాది మధ్యప్రదేశ్ లో ఒక చిన్న గ్రామం. నేను ఒక పెద్ద సిటీ లో ఒక పేరు మోసిన బ్యాంక్ లో అసిస్టెంట్ మేనేజర్ గా పని చేస్తున్నాను” అన్నాడు.

“ఆగు అన్నా, అసలు నువ్వు ఇక్కడకు ఎందుకు వచ్చావు అంటే, నేను బ్యాంక్ ఎంప్లాయ్ నీ అంటావేంటన్నా” అంటున్న అభితో సాహు “తమ్ముడు నీ వయసు ఎంత” అన్నాడు.

“నాకు ఇప్పుడు 20 ఏళ్లు అన్నా, ఈ జాబ్ లో చేరి రెండు సంవత్సరాలు అయింది. ఏమైంది అన్నా అలా అడిగావు.”

“ఏమీ లేదు తమ్ముడు” అని తన గతం చెప్పడం మొదలు పెట్టాడు రోహన్ సాహు.

“నేను కూడా నీలాగే ఇంటర్ అవ్వగానే స్నేహితులతో సరదాగా పందెం వేసి డిఫెన్స్ పరీక్ష వ్రాసి, ఫిజికల్ టెస్ట్ కి ఎంపికైన వాళ్లలో 15 వ వాడిని. నా స్నేహితులు అందరూ ఆశ్చర్యపోయారు. మా ఇంట్లో అయితే నన్ను ఆకాశానికి ఎత్తేసారు. నేను మామూలుగానే ఫస్ట్ క్లాస్ స్టూడెంట్ నీ, పైగా మా ఇంట్లో నేనంటే చాలా గారాబం మూలంగా అందరూ నన్ను చాలా మెచ్చుకున్నారు. దానితో నాకు గర్వం పెరిగింది. తరవాత రెండు నెలలకు అన్ని పరీక్షలు నెగ్గి చిట్ట చివరికి కొన్ని నెలల పాటు ట్రైనింగ్ కూడా అతి కష్టంగా పూర్తి చేసి ఇంటికి వెళ్ళినప్పుడు నాకు బ్రహ్మరథం పట్టారు. అది చూసి నాకు గర్వం, ఇంకా పొగరు పెరిగాయి.”

“అంతేనా నేను పోస్టింగ్ కి 20 రోజులు గడువు ఉండటం తో మా నాన్నగారు బంధువులను, స్నేహితులను అందరినీ పిలిపించి ఒక పండుగలా చేసారు. అప్పుడు మా చుట్టాలు అందరూ చాలా మెచ్చుకున్నారు. అప్పుడే నాకు వరసకు మేనమామ అయ్యే అతను తన కూతురుని కోడలుగా చేసుకోమని మా అమ్మా,నాన్నగారి దగ్గర మాట కూడా తీసుకున్నారు. రోజులు గడుస్తున్నాయి , నాకు మొదటి పోస్టింగ్ చాలా దూరం పడింది.

సంవత్సరం ఆరు నెలలు పట్టింది మళ్ళీ నాకు ఇంటికి వెళ్లడానికి.

అలా అంతా బాగానే ఉన్న సమయంలో నాకు ఉద్యోగం వచ్చి మూడు సంవత్సరాలు పూర్తి అయ్యిందని నాకు మళ్ళీ వేరే చోటికి బదిలీ అయ్యింది", అంటూ బాధ పడుతున్న సాహు తో

"ఎందుకు అన్నా బాధ పడుతున్నావు"

చెప్తాను తమ్ముడు "అప్పుడే నా పొగరు తో, నా నిర్లక్ష్యం తో ఉద్యోగంలో చాలా ఇబ్బంది పడ్డాను."

"ఏంటి అన్నా నువ్వు అనేది. ఏమి జరిగింది"

"ఏముంది తమ్ముడు, డ్యూటీ లో బాధ్యత గా ఉన్నా, సీనియర్స్ కి పొగరుగా సమాధానం చెప్పేవాడిని. ఎవరు ఏమి చెప్పినా నిర్లక్ష్యంగా ఉంటూ వినేవాడిని కాదు. అంతేనా అక్కడ అందరూ సీనియర్స్, నేను ఒక్కడినే మా దాంట్లో జూనియర్ ని. దానితో అందరూ నాకు పని చెయ్యమని చెప్పేవారు. నేను నాకేంటి అన్నట్టు ఉండే వాడిని. దాంతో పనిష్మెంట్ అంటూ నాకు ఖాళీ లేకుండా డ్యూటీ వేసే వారు. దేనికి పర్మిషన్ ఇచ్చేవారు కాదు. ఎవ్వరూ నాకు అనుకూలంగా ఉండేవారు కాదు. దాంతో నాకు ఇంకా చిరాకు పెరిగి, ఏంటి ఇది నాకేం తక్కువ ఇంటికి పోతే సుబ్బరంగా ముద్దుగా చూసుకుంటారు. వ్యాపారం ఉంది అది చేసుకుంటా అంటూ నిర్లక్ష్యంగా సమాధానం చెప్పేవాడిని. దానితో వాళ్ళు నాకు డ్యూటీ మీద డ్యూటీలు వేసేవారు. సెలవులు కూడా ఎక్కువ ఇచ్చే వారు కాదు.

వాళ్ళు నాకు బాధ్యత తెలిసేలా చేద్దాం అని చూసారు, కానీ నేను వాళ్లతో ఇంకా నిర్లక్ష్యంగా ఉండే వాడిని.

అలా ఉండగా ఇంకో రెండు నెలల్లో మా చెల్లి పెళ్లి అనగా ఏ విధమైన సమాచారం తెలియజేయకుండా ఉద్యోగం నుంచి ఇంటికి వెళ్ళిపోయాను. అందరూ పెళ్లికి వచ్చాను అనుకుని సంబర పడ్డారు. నేను కూడా చెప్పలేదు."

"అలా ఒక పది రోజుల తరువాత పోస్ట్ లో మా ఇంటికి ఒక లెటర్ వచ్చింది. "

"ఏముంది అన్నా ఆ లెటర్ లో"

"హుమ్! చెప్తాను. మీ అబ్బాయి పది రోజుల నుంచి కనపడట్లేదు. ఏ విధమైన సమాచారం ఇవ్వకుండా పారిపోయాడు.

ఇది మీకు తెలియజేస్తున్నాము. మీ అబ్బాయి ప్రభుత్వంను మోసం చేసాడు అందుకు గాను ఐదు లక్షలు జరిమానా అంతే కాకుండా అతని పై క్రిమినల్ కేసు పెట్టాము అని ఉంది. దాంతో మా ఇంట్లో అందరూ నన్ను తిట్టిపోసారు. మంచి భవిష్యత్తు పాడు చేసుకున్నావు అని, నాతో అందరూ మాట్లాడటం మానేశారు . మా మావయ్య కూడా పిల్లని ఇచ్చి పెళ్లి చేయమని చెప్పేసారు."

నేను ఉద్యోగంలో అనుభవించిన బాధలు అన్నీ మా నాన్న గారితో చెప్పి బ్రతిమిలాడాను. ఆయన నీ పొగరు, నిర్లక్ష్యం తో నీకు నువ్వే ఈ పరిస్థితి తెచ్చుకున్నావు అని తిట్టి నేనేమీ నీకు సహాయం చెయ్యను అని నిష్కర్షగా చెప్పేసారు."

అంతేనా "చుట్టాలు, బంధువులలో పరువు పోయింది, నీకు జీవితం లో ఒక లక్ష్యం అంటూ లేకుండా చేసుకున్నావు అనుభవించు అన్నారు. ఇంట్లో వాళ్ళు ,బయట స్నేహితులు అందరూ నన్ను చూసి అసహ్యించు కోవడం, పట్టించుకోకపోవడం చేసారు."

"దానితో నాకు ఒక విషయం అర్థమైంది. మళ్ళీ నన్ను అందరూ ఆదరించాలి అంటే నాకు అంటూ ఒక గుర్తింపు ఉండాలి అని ఇంట్లోంచి వెళ్లి పోయాను. రావడం అయితే వచ్చాను, కానీ ఎక్కడ ఉండాలి ఏమి చెయ్యాలి తెలియలేదు. అప్పుడే సరదాగా నేను నేర్చుకున్న బైక్ రిపేరింగ్ గుర్తుకు వచ్చింది. ఒక మెకానిక్ షెడ్ లో చేరి అక్కడే ఉంటూ ఒక పూట తిని ఒక పూట తినక కొంత డబ్బు కూడగట్టి కోచింగ్ క్లాసులో జాయిన్ అయ్యాను. నా అదృష్టం అనుకుంటా, రెండవ సారికే బ్యాంక్ క్లర్క్ ఇంకా p o గా రెండు పరీక్షలలో విజయం సాధించాను."

"మంచి విషయమే కదన్నా, మరి ఈ సారి ఏమైంది"

"ఏమౌతుంది ఏమీ అవ్వలేదు. నాకు జీవితం విలువ ఆకలి విలువ ఆ సంవత్సరం కాలంలో తెలిసి వచ్చింది." Po ఇంటర్వ్యూ లో పోయింది. క్లర్క్ గా ఎంపిక అయ్యాను. ముందు ఉద్యోగం వచ్చినపుడు ఏమీ అనిపించలేదు కానీ బ్యాంక్ ఉద్యోగం వచ్చినప్పుడు మాత్రం చాలా ఆనందం వేసింది. ఎందుకంటే కష్టం తో వచ్చింది కదా అందుకు అనుకుంటా."

"అంతే కదా అన్నా, ఒక లక్ష్యం కోసం కష్టపడి సాధించిన ఫలితానికి విలువ ఎక్కువ కదా."

"హుమ్! నిజమే ఆనందంగా ఉద్యోగంలో చేరాను. అలా రెండు సంవత్సరాల తరవాత ఒక రోజు మా నాన్నగారు నేను పని చేసే బ్యాంక్ కి వచ్చి మాట్లాడారు. "

"అప్పటి వరకూ నీ దగ్గరకు రాలేదా అన్నా. మరి నీకు ఉద్యోగం వచ్చినట్టు మీ వాళ్లకు చెప్ప లేదా అన్నా" అంటున్న అభి తో

"చెప్పలేదు. నేను ఏ స్థాయిలో, ఎంత జీతంతో అయితే ఇంటి నుంచి వచ్చానో అంత జీతం, స్థాయి వచ్చేవరకూ వెళ్ళకూడదు అనుకున్నాను."

"మా నాన్నగారి స్నేహితులు కనిపించి మీ అబ్బాయి మన పక్క ఊరులో ఉన్న బ్యాంక్ లో ఉద్యోగం చేస్తున్నాడు, చాలా మంచి పేరు కూడా తెచ్చుకున్నాడు. త్వరలో ప్రమోషన్ లిస్ట్ లో ఉన్నాడట, మా అమ్మాయిని మీ కోడలుగా చేసుకోండి అని అడిగారట. అంతే ఆయన ఆనందానికి అంతులేదు. నన్ను మెచ్చుకుని ఇంటికి రమ్మన్నారు."

"మరి ఏమైంది అన్నా? ఇలా ప్రిజన్ లో ఉన్నారు"

"చెపుతాను తమ్ముడు, అలా ఇంటికి చేరిన నన్ను ఎంతో గౌరవంతో చూసారు అందరూ. నేను కూడా చాలా హ్యాపీ ఫీల్ అయ్యాను. ఒక రెండు సంవత్సరాలకు నాకు పెళ్లి అయ్యింది. మరో రెండు సంవత్సరాలు ఏ అడ్డంకులు లేకుండా ఆనందంగా గడిచాయి. నాకు అసిస్టెంట్ మేనేజర్ గా ప్రమోషన్, ఇంట్లో కూడా నాన్న గా ప్రమోషన్ ఒకేసారి వచ్చాయి.

"నేను అసిస్టెంట్ మేనేజర్ గా చేరిన రోజు మధ్యాహ్నం ఇంటినుంచి కబురు వచ్చింది అంతే "

"ఏమైంది అన్నా అంతలా"

"డిఫెన్స్ పోలీసులు వచ్చారు మా ఇంటికి. "

"ఎందుకు అన్నా? ఏడు ఏళ్ళ తరువాత ఎందుకు వచ్చారు?"

"ఎందుకు ఏముంది తమ్ముడు, నామీద క్రిమినల్ కేసు నమోదు అయ్యింది కదా. పైగా ఐదు లక్షలు జరిమానా కూడా కట్టాలి కదా. అందుకు వచ్చారు. విషయం తెలిసి భయం వేసింది. మళ్ళీ నా జీవితం మొదటికి వచ్చింది అనుకున్నా. కానీ ఈసారి బాధ్యతగా ఉండాలి అనుకున్నాను. నాకు ఉన్న మంచి పేరుకు నా గురించి మొత్తం తెలిసిన మా ఆఫీసర్ గారు బ్యాంక్ కి (మెడికల్ లీవ్) అనారోగ్య కారణంగా 6 నెలలు సెలవు ఇప్పిస్తాను అన్నారు. మా నాన్నగారు డబ్బు నేను సర్దుతాను కంగారు పడకు అన్నారు.

అలా మా ఇంట్లో వాళ్ళు, నాతో పని చేసే వాళ్ల సహాయంతో ఇక్కడ దాకా వచ్చాను. ఇంకొక 10 రోజులలో నేను విడుదలై వెళ్ళిపోతాను. ఆ తరవాత మే ఒకటిన నేను ఉద్యోగంలో చేరాలి. నేను ఉద్యోగం వదిలేసి పారిపోయాను అని నాకు శిక్ష వేసినా, నాకు న్యాయంగా రావలసిన డబ్బులు ఇచ్చే పంపిస్తున్నారు తెలుసా అది మన డిఫెన్స్, గ్రేట్ కదా."

"అంతా బానే ఉందిగా, మరి ఎందుకు బాధ పడుతున్నావు"

"ఏమీ లేదు తమ్ముడు, నా భార్య కి ప్రసవ సమయం దగ్గర పడింది. ఎలా ఉందో మాట్లాడదాం అంటే వీళ్ళు ఫోన్ అస్సలు ఇవ్వడం లేదు .అదే కొంచెం కంగారుగా ఉంది."

"సరే అన్నా ఇక్కడకు రేపు కూడా నేనే వస్తాను. అప్పుడు అనుమతి తీసుకుని ఫోన్ తెస్తాను. భాబీ తో మాట్లాడుదు గానీ పడుకో అన్నా".

అనుకున్న విధంగా మర్నాడు అభికి డ్యూటీ పడలేదు. ఆ తరువాతి రోజు వచ్చాడు.

"అన్నా ఇదిగో ఫోన్ తెచ్చాను. 15 నిమిషాలు అనుమతి ఇచ్చారు." అని ఫోన్ ఇచ్చాడు.

ఆ ఫోన్ తీసుకొని మొట్ట మొదటగా తండ్రికి ఫోన్ చేసాడు. క్షేమ సమాచారాలు తెలుసుకున్నాడు. తరవాత తన భార్యకు ఫోన్ చేసి మాట్లాడాడు. ఆరోగ్యం గురించి , ప్రసవ సమయం గురించి మాట్లాడి చాలా ఆనందంగా ఫోన్ తెచ్చి ఇచ్చేసి, "చాలా చాలా ధన్యవాదములు తమ్ముడు" అంటున్న రోహన్ తో " ఏంటి అన్నా అంత సంబరంగా ఉన్నావు బాబీ తో మాట్లాడావా" అన్నాడు.

"అవును తమ్ముడు! మాట్లాడాను. అంతా బాగానే ఉన్నదట. నాకు సహాయం చేసినందుకు ధన్యవాదాలు.

"ఈ చిన్న దానికే, అన్నా! ఈ రోజుతో నా డ్యూటీ అయిపోయింది. నెల రోజులు సెలవు మీద ఇంటికి వెళుతున్నాను"

"ఓ అలాగా అయితే నీ ఫోన్ నంబర్ నాకు ఇవ్వు. ఎప్పుడైనా మాట్లాడడానికి ఉంటుంది"

తన నంబర్ చెప్పి అతని నంబర్ కూడా తీసుకున్నాడు సాహు.

ఒక నెల రోజులు తరవాత డ్యూటీ కి వెళ్ళిన అభి కి రోహన్ గురించి తెలుసుకోవాలి అనిపించి ఫోన్ చేయగా, సాహు బుజు ప్రవర్తన కారణంగా విడుదల అయిన రోజే తనకు

(నిర్)లక్ష్యం

రావలసిన డబ్బులకు బ్యాంక్ చెక్ ఇచ్చి సాదరంగా పంపించారని, తనని వాళ్ల నాన్నగారు వచ్చి తీసుకుని వెళ్లారని, భార్యకు ప్రసవం జరిగి పాప పుట్టిందని, లాక్ డౌన్ కారణంగా తన సర్వీస్ కి ఇబ్బంది కలగలేదని చెప్పాడు. అది విని అభి చాలా ఆనందించాడు.

ప్రస్తుతం రోహన్ సాహు పుణెలో ఒక బ్యాంక్ లో అసిస్టెంట్ మేనేజర్ గా చేస్తూ భార్య, పాపతో సంతోషంగా ఉన్నాడు.

కుమ్మరగుంట్ల ప్రసన్న

అందం

చిలుకూరి ఉషారాణి

మూడు గంటలయింది. ఇంకా నీ సెలక్షన్ కాలేదా అంటూ తన అసహనాన్ని ప్రదర్శించాడు శరత్. ఇదిగో అయిపోయింది అంటూ పది నిమిషాల్లో చక చకా ముగించుకొని బట్టల షాపు నుండి బయటకు నడిచింది రమ్య , భర్త శరత్ తో.

ఎన్ని కొన్నావేంటి? ఇంత సమయం పట్టింది అని అడిగాడు శరత్.

ఒక్కటే అన్నది తాపీగా.

ఏంటీ, అప్పటినుండి నువ్వు కొన్నది ఒక్కటేనా ? దానికోసం ఇంత సమయం వృధా చేయకపోతే ,ఆన్లైన్లో ఆర్డర్ పెట్టొచ్చుగా, నీ షాపింగ్ కోసం ఆఫీసులో పర్మిషన్ పెట్టి మరీ వచ్చాను అని అనగానే,

నా కోసమైతే అదే చేద్దును కానీ కొన్నది మనమ్మాయి లాస్య కోసమండి. వచ్చే వారంలో వాళ్ళ కాలేజీ వార్షికోత్సవం ఉందంట, అందుకోసం ఇంత సేపు పట్టింది, అని సమాధాన పరిచే లోపు ఇంటికి వచ్చేవారు. తనని ఇంటి దగ్గర దింపేసి శరత్ మళ్ళీ ఆఫీసుకు వెళ్ళిపోయాడు.

కొని తెచ్చిన కొత్త డ్రస్సు, దానికి తగిన మ్యాచింగ్సు అన్ని రెడీ చేసి ఎదురుగా పెట్టింది రమ్య. లాస్య కాలేజీ నుండి ఇంటికి రాగానే, అది చూసి అబ్బా చాలా బాగుంది అంటుందనుకున్న కూతురు, కనీసం దాన్ని ముట్టుకోకుండానే, ఇదేంటి ఈ రంగు, ఈ డ్రెస్ నాకు నచ్చలేదు అంటూ మొహం అంతా చిరాకుగా పెట్టి, కోపంతో తన రూమ్ లోకి వెళ్ళిపోయింది. లాస్య అంటూ పిలుస్తున్నా కూడా పట్టించుకోలేదు.

నీ డ్రెస్ కోసం మీ నాన్నని ఇబ్బంది పెట్టి, ఎండలో వెళ్ళి మరీ అంత సేపు షాపింగ్ చేసి తెస్తే నచ్చలేదని సింపుల్ గా చెప్పేసి పోయిందే, చిన్నప్పుడు ఏది కొనిచ్చినా వంకలు పెట్టేది కాదు, కానీ ఇప్పుడు కాలేజీకి వచ్చాక బాగా అట్టం నేర్చుకుంది అనుకుంటూ "దీనికి రిటర్న్

లేదు , నా దగ్గర ఇంకా డబ్బులు కూడా లేవు ఇంకొకటి కొనడానికి” అంటూ ఆ డ్రస్ ను అక్కడ పడేసి తను కూడా కోపంతో వంటింట్లోకి వెళ్ళింది.

రాత్రి శరత్ ఇంటికి రాగానే మళ్లీ పంచాయితీ పెట్టారు అమ్మ, కూతురు. నన్ను తీసుకెళ్లొచ్చు గా అని కూతురు అంటే , అన్నీ నిన్ను అడిగే చేయాలా అంటూ అమ్మ. చివరకు శరత్ కు చిరాకు వచ్చి ఆపండి మీ గోల, ఇంటికి వచ్చిన దగ్గర నుండి ఎప్పుడూ ఏదో ఒక గొడవ, ప్రశాంతంగా ఉంచరా నన్ను అంటూ గట్టిగా రమ్యని అరవగా, ఆ అరుపు శబ్దానికి, లాస్య ఏడ్చుకుంటూ తన గదిలోకి వెళ్ళిపోయింది. ఏడుపు మొహంతోనే అద్దం ముందు నిలబడి డ్రెస్ ని పెట్టుకొని చూసుకుంది. నిజానికి అది చాలా బాగుంది కానీ, నలుపు రంగు లో ఉన్న తనకి అది సూట్ అవ్వలేదు. ఎరుపు రంగు మీద ఎంబ్రాయిడరీ వర్క్ తో చిన్నచిన్న అద్దాలతో గ్రీన్ కలర్ బోర్డర్ తో చక్కగా మెరుస్తుంది. నల్లని రంగుకు అద్దాల తళుకులు అతకలేదని, ఆ డ్రెస్ ను గట్టిగా విసరగా అది వెళ్లి ఓ మూలన పడింది.

చిన్నప్పుడు ఎంత చలాకీగా ఉండేది, రాను రాను మొండిగా తయారవుతుంది. ఏదైనా చెబితే నాకు తెలుసు లే అంటుంది. ఎక్కడికీ వెళ్ళదు, ఒక్కటే ఒంటరిగా ఉంటుంది, సరదాగా పిల్లలతో ఆడుకోమంటే కూడా పోదు. ఎంతసేపూ ఆ రూమ్ లోనే ఉంటుంది. లేదంటే, ఫోన్ తోనే గడిపేస్తుంది. పోనీ అమ్మమ్మ వాళ్ళ ఊరు వెళ్ళమంటే ఊహూ అంటుంది. ఏమో బాబు నాకైతే చిరాకు వస్తుంది, నువ్వే చూసుకో. ఒక్కతే కదా అని గారాబం చేస్తే విసిగిస్తోంది, అంటున్న అమ్మ మాటలు, ప్రక్క గదిలో ఉన్న తన చెవిన పడ్డాయి . అంతే, మంచం మీద పడుకొని దిండులో తలదూర్చి వెక్కి వెక్కి ఏడుస్తూ ఏ అర్ధరాత్రి కో పడుకుంది.

మరుసటి రోజు ఉదయాన్నే ఫలహారం ప్లేట్ లో పెడుతూ కూతురికి ప్రేమతో నచ్చ చెప్పబోయింది రమ్య. నాకు టైం లేదు, బస్సు వచ్చే టైం అయింది, నేను వెళ్తున్నా అని తినకుండానే గబగబా ఇంటి నుండి బయటకు నడిచింది. ఎప్పటిలాగే బస్సు రావడం, తను కాలేజీకి వెళ్లిపోవడం వెంటనే జరిగిపోయాయి.

లాస్య, ఇంటర్ రెండవ సంవత్సరం చదువుతుంది. కాలేజీ చదువులో తను ఎప్పుడు టాపర్స్ లిస్ట్ లోనే ఉంటుంది. ఎవరికైనా నోట్స్ కావాలన్నా, అర్థం కాకపోయినా తన దగ్గరికి వచ్చి చెప్పించుకుంటారు. అంతే, అంతకు మించి ఇంక వేరే విషయాలలో తన సంప్రదింపులు ఉండవు. ఫోన్ లో చాటింగ్స్ కూడా తక్కువే. తను కూర్చొన్న బెంచీ లోనే కూర్చొనే రాగిణి, సుధలు కూడా చదువు గురించి తప్ప ఇంకేం విషయాలను పంచుకోరు.

పక్క వరుసలలో కూర్చొనే అబ్బాయిలు ఏదైనా మాట్లాడాల్సి వస్తే వాళ్లతోనే ఎక్కువగా మాట్లాడుతారు. ఎందుకో ఆ విషయంలో లాస్యకు మహా చెడ్డ చిరాకుగా ఉంటుంది కొన్ని రోజుల నుంచి.

అది వయసు ప్రభావమో, ఆకర్షణో తెలియదు కానీ, వాళ్లతో తను కూడా మాట్లాడాలనుకుంటుంది.

కానీ తనంతట తానుగా వెళ్లి అడగలేదు, మాట కలపలేదు. పక్కనే కూర్చొనే స్నేహితులు అబ్బాయిల గురించి చెప్పుకునే సంగతులు, సరదా మాటలు విన్న వెంటనే ఏమిటని అడిగితే మాట దాటవేస్తున్నారే కానీ తనకి ప్రాధాన్యం ఇవ్వకపోవడంతో నాకేం తక్కువ వీళ్ళ కన్నా అన్న ఆలోచన సాగింది. దానికి కారణం తన రంగే అని అనుకొని, నలుపు రంగే తన బలహీనత అని, అందంగా లేనని దిగులు అలముకుంది లాస్యలో.

చిన్నప్పుడు నల్ల పిల్ల అంటే ఏమనిపించేది కాదు కానీ వయసు పెరిగే కొద్దీ ఇప్పుడు బంధువుల దగ్గర, చుట్టుపక్కల వాళ్ళ నుండి నల్ల పిల్ల అని వినిపిస్తే చాలు, వాళ్ళను గట్టిగా కొట్టాలన్నంత కోపం, కానీ ఏమీ చేయలేక ఏడుపు వస్తుంది లాస్యకు.

పేరు వింటే మధురం కానీ రూపం చూస్తే కాకి నలుపు, అని ఎవరైనా వెటకారంగా అంటే ఎక్కడ లేని దుఃఖం వచ్చి లోలోపల కుమిలిపోతుంది.

అమ్మా! నువ్వు, నాన్న ఇద్దరూ ఎరుపే, మరి నేనెందుకూ నలుపు అని అంటే నల్ల రంగు కృష్ణుడు రంగు అని, నీకు మీ నానమ్మ రంగు వచ్చింది అని అమ్మ ఎంత బుజ్జగించినా సమాధాన పడలేక, తెల్లగా లేనని తనలో తను మధన పడిపోతూ ఒంటరితనానికి అలవాటు పడి పోతూ, రాను రానూ తను స్నేహితులను తగ్గించుకుంది. ఎవరితోనూ పట్టనట్టు తన పని తనే చూసుకుపోతుంది. ఇల్లు, చదువు తప్ప తనకి వేరే ప్రపంచంలోకి అడుగుపెట్టడానికి కూడా ఆలోచన లేదు.

అనుకున్నట్లు గానే ఆ వార్షిక దినోత్సవం రోజు రానే వచ్చింది. ఎందుకో అమ్మ కొన్న డ్రస్సు వేసుకోవాలనిపించక, సింపుల్ గా చుడీదార్ వేసుకుని కాలేజీకి వెళ్ళింది. అక్కడ అందరూ ఎంత అందంగా తయారై వచ్చారో, తనను చూడగానే తన స్నేహితులు, ఏంటి నువ్వు సింపుల్ గా వచ్చావని అడగ్గానే, ఏ నేను ఎలా వచ్చినా నన్నెవరు పట్టించుకుంటారు లే అని మనసులో అనుకొని మౌనంగా ఉండిపోయింది. లాస్య, నేను పాటకి డాన్స్ చేస్తున్నాను నాతో పాటు గ్రూపులో జాయిన్ అవుతావా అన్నది రాగిణి. తనను అలా అడిగినందుకు మనసులో సంతోషంగానే అనిపించినా, పైకి మాత్రం నువ్వు నాకు ముందే

చెప్పాలి ఇలాంటివన్నీ. అయినా నేను ప్రోగ్రాం చివరి వరకు ఉండను, మా నాన్నగారు వచ్చి తీసుకెళ్తారు అన్నది లాస్య.

సరే మేం ప్రాక్టిస్ చేసుకోవాలి, మేమెళ్తున్నాం అని చెప్పి వాళ్ళు వెళ్ళిపోగానే, వాళ్ళ క్లాస్ అబ్బాయి తనకు దగ్గరకు వచ్చి,లాస్య అని పిలిచాడు.

ఎప్పుడు తనతో మాట్లాడిందే లేదు తనని చూడడం తప్ప.

ఏమిటా అన్నట్లు ఆశ్చర్యంగా చూసింది అతని వైపు.

అతను మళ్ళీ లాస్య ఇది అంటూ, నిదానంగా ఒక ఉత్తరాన్ని తన చేతికి ఇచ్చాడు.

ఎప్పుడూ తనని పలకరించని ఆ అబ్బాయి స్వయంగా వచ్చి తనతో మాట్లాడుతుంటే, ఆశ్చర్యం కలబోసిన ఆనందంలో, ఏమిటిది అన్నది ఆశ్చర్యంగా.

ఆ అబ్బాయి కొంచెం సిగ్గుపడుతూ ఉన్నాడు.

ఏమిటా అని ఉత్తరాన్ని తెరవబోయింది..

వెంటనే ఆ అబ్బాయి ఓపెన్ చేయొద్దు. ప్లీజ్ ఇది తనకి ఇవ్వవా ప్లీజ్ ..ప్లీజ్.. అన్నాడు.

తనకా... అంది ఆశ్చర్యంగా.

అవును ఇది రాగిణికి ఇవ్వవా, ప్లీజ్... అని చెప్పేసి చటుక్కున వెళ్ళిపోయాడు అక్కడనుండి.

ఇప్పటి వరకు మేఘాలపై తేలుతున్నట్లుగా అనిపించిన లాస్యకు ఒక్క నిమిషంలో మనసు భారంతో బరువెక్కిపోయింది.

అంటే ఇది ప్రేమ లేఖ.వారిద్దరి ప్రేమ వ్యవహారానికి మధ్యలో నన్ను వారధిని చేశారు అనుకొని, చిరాగ్గా అక్కడ వుండలేక, దూరంగా ఓ మూలకు వెళ్లి మౌనంగా కూర్చుండిపోయింది.

అలా ఎంత సేపు కూర్చుందో, స్టేజ్ మీద ఉపన్యాసాలు కూడా మొదలై పోయాయి.

కాసేపటి తర్వాత వెనుకనుంచి ఎవరివో మాటలు అస్పష్టంగా వినిపిస్తున్నాయి.

దాని సంగతి చెబుతాను. చూడు...

నాతో పెట్టుకుంటుందా...దాన్ని... అలా.. అంతవరకే వినిపించాయి.

ఆ స్పీకర్ శబ్దాలకు ఇంకేం వినిపించడం లేదు.

కానీ ఒకటి మాత్రం తనకు స్పష్టంగా అర్ధమయింది ఏదో జరగకూడనిది జరుగుతుందని, కానీ అదేంటో తెలుసుకోవాలని లేచి చుట్టూరా చూసింది కానీ అక్కడ తోటి విద్యార్థులే తప్ప, తనకి అనుమానాస్పదంగా ఎవరూ కనిపించలేదు. నాలుగడుగులు ముందుకు వేసి కాస్త వెతికింది. ఎవరో నలుగురు కుర్రాళ్లు ఆ సభకు దూరంగా ఆ కాలేజ్ వెనక పక్కకు వెళ్లడం గమనించింది. వాళ్ళని అనుసరిస్తూ కొంచెం ముందుకు వెళ్ళింది.

తన అనుమానం నిజమే, ఆ నలుగురు కుర్రాళ్లు ఒక ఆడ మనిషిని పట్టుకుని తీసుకెళ్తున్నారు. ఎందుకో తన మనసు కీడు శంకించింది. ముందూ వెనక చూడకుండా అలాగే వారిని అనుసరిస్తూ వాళ్ల వెనకే వెళ్ళింది. వాళ్లు కాలేజ్ వెనుక ప్రక్కకు వెళ్లి ఓ చోట ఆగారు. వాళ్లలో ఒకడు వంకరగా నవ్వుతూ ఆ లేడీ ని పట్టుకుని నీకు ఎంత ధైర్యం ఉంటే నన్నే ఇరికిస్తావే, దొంగ .ము.... అంటూ బూతు పదజాలంతో లాగి చెంప దెబ్బ కొట్టాడు ఆమెను. అంతే ఆ దెబ్బకి ఆమె బాధగా అరుస్తూ కింద పడిపోయింది.

వెనుకనే వచ్చిన లాస్య అది చూసింది. క్రింద పడినామే ఎవరో కాదు తన ఇంగ్లీష్ టీచర్. అది చూసి కోపంతో రేయ్ ఏం చేస్తున్నార్రా.. ఎవర్రా మీరంతా అని గట్టిగా అరిచి, ఆవిడని లేపడానికి ప్రయత్నించింది. కానీ ఆమె మత్తులో ఉన్నట్లుంది. రేయ్ ఏం చేసార్రా మేడంనీ,

మేడం లేవండి అంటున్న లాస్యను,

ఏయ్! ఎవరే నువ్వు? అని వాళ్ళల్లో ఒకడు కోపంతో అడిగాడు.

అన్నా, తను మన కాలేజే అన్నాడు వాళ్ళల్లో ఒకడు.

ఇంకొకడు, లాస్య చెయ్యి పట్టుకొని, అయితే నువ్వు పక్కకు పోవే నీ సంగతి తర్వాత చూస్తాను అంటూ ఆ పక్కనే ఉన్న రూమ్ లోకి నెట్టేసి బయట గడియ పెట్టేసాడు. అసలేం జరుగుతుందో అర్థం చేసుకునే లోపే కళ్ళ ముందరంతా చిమ్మ చీకటి, తన చుట్టూ ఏముందో అర్థం కాలేదు. బయట నుంచి అరుపులు బాగా వినిపిస్తున్నాయి.

రేయ్ నువ్వు ఫోటో తియ్. నువ్వు గట్టిగా పట్టుకోరా.. మేడం ఏడుపులు.. అన్నీ తనను బాధిస్తున్నా, బెదరక, తన చేతికున్న వాచ్ లో టార్చ్ లైట్ ను ఆన్ చేసి, ఆ చుట్టుపక్కల గాలించింది. అక్కడ ఉన్న ఇనుప రాడ్ లాంటి వస్తువుని తీసుకుని బలంగా డోర్ మీద కొట్టే సరికి తలుపు తెరుచుకొంది. అక్కడ, మేడంని వివస్త్రని చేయడానికి

ప్రయత్నించబోతున్న వాళ్ళని చూసి అపర కాళికాదేవిలా వారి మీదకి విరుచుకు పడింది. తన శక్తి మేర వాళ్లతో తలపడ సాగింది.

అంతలో అక్కడికి చేరుకున్నారు లాస్య వాళ్ళ నాన్నగారు మరియు కొంతమంది కాలేజీ సిబ్బంది. అప్పటి వరకు విర్రవీగిన ఆ కీచకులు తోక ముడిచారు. వారి చెర నుంచి మేడంని కాపాడగలిగారు.

లాస్య, నువ్వు బానే ఉన్నావు కదా తల్లి అంటూ గాబరాగా లాస్య దగ్గరికి వెళ్ళాడు శరత్.

నాన్నా!.. అంటూ తనను చుట్టేసుకుంది. ఎంత సాహసం చేసావ్, చాలా గొప్ప పని చేసావు తల్లి. సమయానికి నాకు, నీ వాచ్ నుంచి మెసేజ్ పంపించావు కాబట్టి సరిపోయింది లేకపోతే, నీకు ఏదైనా అయితే .. అంటూ కన్నీళ్లు పెట్టుకున్నారు.

నీకు మీ నానమ్మ పోలికలే కాదు, ఆవిడ ధైర్య సాహసాలు కూడా వచ్చాయి అంటూ మెచ్చుకున్నారు.

ఆ సంఘటన తర్వాత అందరూ తన ధైర్య సాహసాలకు, తెగింపుకు అభినందనల వర్షం కురిపించారు.

★★★

తర్వాతి రోజు, ఉదయాన్నే, శుభోదయం అంటూ, న్యూస్ పేపర్‌ని లాస్య చేతిలో పెట్టారు రమ్య మరియు శరత్. అందులో ముందు పేజీలో తన ఫోటోని వేశారు.

చూసావా, ఆత్మ విశ్వాసం తో ఉన్న నా కూతురు ఎంత అందంగా ఉందో అంది రమ్య.

నీకు తెలుసా ఈ గొడవ అంతా ఆ క్యాంటీన్ లో పనిచేసే కుర్రాడు వల్లనే జరిగింది. వాడు డ్రగ్స్ ప్యాకెట్లు పిల్లలకి అలవాటు చేస్తున్నాడంట .అది కనిపెట్టిన మీ ఇంగ్లీష్ టీచర్ వాడికి వార్నింగ్ ఇచ్చి పోలీసులకు పట్టించింది. దాంతో వాడు కోపం పెంచుకొని ఇద్దరు స్టూడెంట్స్ తో కలిసి ఈ అఘాయిత్యానికి పాల్పడ్డాడు. సమయానికి నువ్వు చూడటం వల్ల ఆవిడని కాపాడగలిగావు రా అంటూ చెబుతున్న శరత్ ను మధ్యలో ఆపి,

అయితే మరి మన బంగారానికి తగిన బహుమానం ఏమీ లేదా ఉట్టి ప్రశంసలేనా అన్నది రమ్య. ఎందుకు లేదు, ఇంద అంటూ పెన్ చేతికి ఇచ్చాడు.

ఇది కెమెరా పెన్. నచ్చిందా అన్నాడు. ఆనందంగా దాన్ని అందుకొని, థాంక్యూ నాన్నా అన్నది.

మరోసారి న్యూస్ పేపర్లో తన ఫోటోని చూసుకుంది లాస్య. తన గురించి రాసిన మాటలు మళ్ళీ మళ్ళీ చదువుకుంది.

"చీకటిని చీల్చుకుంటూ వచ్చే కిరణం వెలుగు రేఖల్ని పంచుతూ జగత్తును ఎంత అందంగా చూపిస్తుందో, అలాగే మనసులో అలుముకున్న అంధకారాన్ని చీల్చుకుంటూ వచ్చిన ఆశా కిరణం పంచిన ఆత్మ విశ్వాసం ఎంతో అందమైనది. అదే నువ్వు.

అందమంటే అన్యాయాన్ని ఎదిరించిన నీ తెగింపు.

అందమంటే నీలోని మానవత్వం.

అందమంటే నీ వ్యక్తిత్వం.

అందమంటే నీ చిరునవ్వు.

అందానికే అందం నువ్వు, లాస్య నువ్వు

అందరికీ స్ఫూర్తి నువ్వు".

యువతా, ఏది నీ గమ్యం??

ఇందిరా రావు షబ్నవీస్

"ఇంకా ఎంత సేపు?" అసహనంగా పదోసారి అడిగాడు రాహుల్.

"అయిపోయింది, వచ్చేస్తున్నాము." అన్నిసార్లు చిరునవ్వుతోనూ సమాధానం ఇచ్చాడు కృష్ణ చైతన్య.

ముళ్ళ మీద కూర్చున్నట్టే కూర్చున్నాడు రాహుల్. తల్లిని వందోసారి తిట్టుకున్నాడు. ఇదంతా అమ్మ వల్లే. మనసులో ఏ మూలో అమ్మ వల్లే జైలు లో ఉండకుండా ఇలా స్వేచ్ఛ గా బయట వున్నాను అని కూడా అనిపించింది. మళ్ళీ అవన్నీ గుర్తుకు వచ్చి కొంచెం కోపం, అసహనం, విసుగు, బాధ అన్ని కలగాపులగం గా చుట్టుముట్టాయి. అర్థం చేసుకున్నట్టు గా కృష్ణ చైతన్య అతని చెయ్యిని ప్రేమగా నొక్కాడు. కాసేపటికి రాహుల్ అలా ఆలోచిస్తూ నిద్ర లోకి జారుకున్నాడు.

ఆదమరిచి నిద్ర పోతున్న రాహుల్ ని చూస్తే కృష్ణ చైతన్య కి అనేక ఆలోచనలు చుట్టుముట్టాయి. "ఏంటి ఈ కాలం కుర్రాళ్ళు? ఎటు పోతుంది ఈ యువత? మద్యం, మాదక ద్రవ్యాల మత్తులో జీవితాన్ని నాశనం చేసుకుంటున్నారు. ఎలా వీళ్ళని కాపాడటం? ఎంత మందిని తాను కూడా కాపాడగలడు?" అనుకున్నాడు.

వస్తుంటే పిన్ని తన చేతులు పట్టుకొని "ఎలాగైనా నువ్వే వాడిని ఒక దారిలో పెట్టాలిరా. మేమిద్దరం చేతులెత్తేసాం. వాడిని ఒక రకంగా మేమే పాడు చేశామేమో. దేముడి దయ వల్ల పెద్ద గండం తప్పింది. నాకు తెలుసు, చాలా పెద్ద బాధ్యత నీ మీద పెడుతున్నాము. పిల్లలని ఎలా పెంచాలో కూడా ట్రైనింగ్ ఇచ్చే సెంటర్స్ ఉంటే బాగుండును. అంతా మా ఖర్మ" అని కళ్ళ నీళ్లు పెట్టుకుంది.

"బాధ పడకు పిన్ని, నాకు చేతనయినంత ప్రయత్నిస్తాను" అన్నాడు ఓదారుస్తూ.

తాను వచ్చేసరికి ఎలా ఉందో ఇల్లు, గోల అంతా కళ్ళ ముందు తిరిగింది కృష్ణ కి.

అసలేం జరిగిందంటే, రాహుల్ ఫణి, శుభ లకి లేక లేక పుట్టిన వాడు. ఇక పిల్లల మీద ఆశ వదులుకున్న తరుణంలో పద్మం లా వికసించాడు వాళ్ళ జీవితంలో అని వాళ్ళు అనుకున్నారు. కానీ వాళ్ళ అతి గారాబం, విపరీతమైన డబ్బు, స్వేచ్ఛ అన్ని కలిపి తిరుగుబోతు, పొగరుబోతు ని చేసాయి. ఫణి , శుభ ఇద్దరు పేరు మోసిన పెద్ద కంపెనీ లలో పెద్ద పొజిషన్ లో వున్నవాళ్లు. అంతేకాకుండా ఫణి కి పెద్దల తరుపున బోలెడు ఆస్థి కూడా కలిసి వచ్చింది. ఇద్దరు క్షణం తీరిక లేని వాళ్ళు. పనివాళ్ళకి పిల్లాడిని అప్పగించడం, అతి గారాబం వాడిని పాడు చేసాయి. స్కూల్ ప్రిన్సిపాల్ నుండి కూడా ఫిర్యాదులు వచ్చాక అందరు భార్య భర్తల్లాగే "నీదే తప్పు అంటే నీదే తప్పు" అని వాదనలు, కొట్టుకోవడాలు జరిగాయి. కానీ పిల్లవాడిని పిలిచి గట్టిగా మందలించడం జరగలేదు. తోటి క్లాస్ పిల్లల తల్లి తండ్రుల నుండి కూడా ఫోన్ రావడం జరిగింది, "మీ అబ్బాయి మా పిల్లాడిని చెడగొడుతున్నాడు, కొంచెం కంట్రోల్ లో పెట్టండి" అని.

రాహుల్ ఇదేమి పట్టించుకోలేదు. "తాను గొప్పింటి పిల్లాడు, తల్లి తండ్రి పెద్ద పొజిషన్ లో వున్నారు, తనను ఎవరు ఏమి చెయ్యలేరు" అనుకున్నాడు. అనుకున్నట్టే కంప్లైంట్స్ రాగానే తండ్రి ప్రిన్సిపాల్ ని కలిసి రాబోయే స్కూల్ వార్షికోత్సవానికి భారీగా విరాళాలిచ్చి ఆయన నోరు మూయించాడు. ప్రిన్సిపాల్ అంటే ఒక రకమైన లోకువ రాహుల్ కి. అందులో ఇప్పుడు వస్తున్న కొన్ని సినిమాలలో కూడా టీచర్స్, ప్రిన్సిపాల్స్ ని హేళన చేయడం, వాళ్ళని బఫూన్స్ లాగా చిత్రీకరించడం చూసాడేమో క్లాస్ లో అలాగే రకరకాల పేర్లు పెట్టి, వాళ్ళు వెళుతుంటే పిల్లి కూతలు, ఎన్ని వెధవ్వేషాలు వెయ్యాలో అన్ని వేసాడు. బోర్డు అఫ్ డైరెక్టర్స్ లో ఫణి పేరు పెట్టడం, చైర్మన్ తో అతని సన్నిహిత పరిచయం లాంటివి మొదలయ్యాక రాహుల్ అల్లరికి అడ్డు లేకపోయింది. తనకంటూ ఒక రౌడీ గ్రూప్ ని తయారు చేసి అమ్మాయిలని ఏడిపించడం, లెక్చరర్స్ ని వేధించడం వరకు వెళ్లాయి. ఐసింగ్ ఆన్ ది కేక్ లాగా విదేశీ యువకుల పరిచయం అయ్యాక మాదక ద్రవ్యాల అలవాటు కూడా మొదలయింది.

ఆ రోజు కొంచెం లో రాహుల్ కూడా ఆ క్లబ్ లో మిగిలిన వాళ్ళ తో పాటు జైలు పాలయ్యేవాడేమో కానీ అతని అదృష్టం తల్లి మెట్లు దిగుతూ పడింది. క్లబ్ కి వెళ్ళబోతున్నవాడల్లా తండ్రి వూళ్ళో లేకపోవడం తో ఇంక తప్పనిసరి పరిస్థితిలో తల్లిని హాస్పిటల్ కు తీసుకెళ్లాల్సి వచ్చింది. మనసంతా క్లబ్ లోను తన ఫ్రెండ్స్ చేసే ఎంజాయ్ మెంట్ లోనే వుంది. ఎవరో పోలీస్ కి టిప్ అందించటం తో క్లబ్ మీద రైడ్ చేసి అందిన

వాళ్ళందరిని తీసుకెళ్లి లాక్-అప్ లో పడేసారు. పోలీస్ ఆఫీసర్ సుధీర్ కొత్తగా వచ్చినవాడు. యువతని ఇలాంటి వాటినుండి రక్షించాలని ధ్యేయం పెట్టుకున్నవాడు. ఎలాంటి పైరవీలు, ఫోన్ల ని లెక్క పెట్టకుండా పట్టుకున్న అందరిని ముందు జైలులో తోసాడు.

సంగతి విన్న శుభ కూడా "ఎంత గండం తప్పింది?" అనుకుంది. ఎందుకంటే పట్టుపడ్డ ఫ్రెండ్స్ రాహుల్ పేరు కూడా చెప్పారు కానీ రాహుల్ కి పటిష్టమైన ఎలిబీ ఉండటం తో అతనిని ఏం చెయ్యలేకపోయాడు సుధీర్. కానీ ఎప్పటినుండో అతని మీద అనుమానం వుంది. ఓ కన్నేసి ఉంచాడు, ఎప్పటికైనా పట్టుకోలేకపోతానా అని. రాహుల్ అదృష్టం, ఆ అవకాశం తల్లి కిందపడటం వల్ల తప్పిపోయింది.

ఫణి కి ఇన్ఫర్మేషన్ వచ్చింది, రాహుల్ మీద పోలీస్ వాళ్ళు కన్నేసి ఉంచారని.

ఇక రాహుల్ కూడా మత్తు పదార్థాలు తీసుకోవడానికిలేక చాలా అసహనానికి లోనవుతున్నాడు. చాలా వయిలెంట్ గా బిహేవ్ చేస్తున్నాడు. రీహాబిలిటేషన్ సెంటర్ లో పెడదామని అనుకున్నారు కానీ, పొరపాటున ఎవరికైనా తెలిస్తే సంఘంలో పరువు పోతుంది. ఇంతలో శుభ కి కృష్ణ చైతన్య గుర్తుకు వచ్చాడు. తన అక్క కొడుకు వాడు.. అమెరికా లో చదువుకొని కొన్నాళ్ళు అక్కడ ఉద్యోగం కూడా చేసి కొన్ని ధ్యేయాలు, లక్ష్యాలు పెట్టుకొని భారతదేశం తిరిగివచ్చాడు అని వింది. వాడు ఇప్పుడు కోనసీమ లో ఒక పల్లెటూరిలో ఒక ఆశ్రమం లాంటిది నడుపుతున్నాడు అని .

"ఆశ్రమమా?"అన్నాడు ఫణి. "అంటే ముసలి వాళ్ళని పెట్టే హోమ్స్ లాంటివి కావు, ఇది యువతీ యువకులకు మార్గదర్శకం కావాలని, చెడు దారిలో నడుస్తున్న యువతని సక్రమ మార్గంలో పెట్టడానికి, ఒక రకంగా వారిని దారిలోకి తేవడానికి తల్లి తండ్రులుగా మనం చేయలేనిది వాడు చేస్తున్నాడని విన్నాను" అంది శుభ.

మరుసటి రోజు కృష్ణ చైతన్య ని అర్జెంటు గా రమ్మని పిలిపించారు. అతనికి సంగతంతా వివరించారు. రాహుల్ ని విడిగా పిలిచి "పోలీస్ ఆఫీసర్ కి ఎవరో ఉప్పు అందించారు నువ్వే దీని వెనుక వున్నవాడవని, ముందు అర్జెంటు గా నువ్వు ఇక్కడ నుంచి కదలాలి. అతని సంగతి మేము చూస్తాము. నువ్వు కృష్ణ దగ్గరికి వెళ్లి కొన్నాళ్ళు ఉండి రా" అన్నారు. ముందు ససేమిరా అన్నాడు రాహుల్. "సరే అయితే, జైలు కి వెళ్ళడానికి సిద్ధం గా వుండు. ఆ పోలీస్ ఆఫీసర్ చాలా పవర్ఫుల్. మేమేమి చేయలేము" అని చేతులెత్తేశారు ఇద్దరు. మొదటి సారి గా భయపడ్డాడు రాహుల్. "ఇక్కడ అంతా సద్దుమణిగే దాకా నువ్వు

అక్కడ ఉండక తప్పదు" అన్నారు ఇద్దరు. సరే ఇంకేం చెయ్యలేక కృష్ణ తో వెళ్ళడానికి ఒప్పుకున్నాడు.

బస్సు ఆగింది. అక్కడ నుండి ఎడ్ల బండిలో ఒక గంట ప్రయాణం. పచ్చని చేల మధ్య హాయిగా వీస్తున్న గాలి, ఎడ్ల బండిలో ఎద్దుల మువ్వల సవ్వడులు, ఇవేవి రాహుల్ ని కదిలించలేక పోయాయి. అంత మెత్తని పరుపు వున్నా ముళ్ళ మీద కూర్చున్నట్టు కూర్చున్నాడు. బండి వచ్చి ఒక ఆశ్రమం ముందు ఆగింది. కొంచెం కుతూహలంగా పరిసరాల్ని పరికించి చూసాడు రాహుల్. చిన్న చిన్న కుటీరాలు, ఒక 75 నుండి 100 వరకు వుంటాయేమో. రంగవల్లులు, చుట్టూ చెట్లు, పూలకుండీలు, చాలా ఆహ్లాదకరంగా వుంది.

"రాహుల్! నువ్వు కొంచెం ఫ్రెష్ అప్ అయ్యి వస్తే నీకు ఈ ఆశ్రమం అంతా చూపిస్తాను. ఇదిగో ఇదే నీ కుటీరం" అని అందంగా ముగ్గులతో అలంకరించబడి వున్న ఒక కుటీరం లోకి తీసుకెళ్లాడు కృష్ణ.

ఒక వారం రోజులు అయితే నరకం లో ఉన్నట్టే వున్నాడు రాహుల్. అంతా పద్ధతి ప్రకారం, టైం ప్రకారం జరిగిపోతుంది అక్కడ. ఒకళ్ళతో ఒకళ్ళు అనవసర ప్రసంగం లేదు. ఫోన్ లు, టీవీలు, సినిమాలు లేవు. వారానికి ఒకసారి ఆఫీస్ లో వున్న ఫోన్ లో తల్లితండ్రులతో మాట్లాడవచ్చు. చదువు పూర్వపు గురుకుల పద్ధతితో చెట్ల కింద చల్ల గాలిలో, భోజనం సాత్విక ఆహారం, స్విగ్గిలు, జొమాటోలు లేవు, బర్గర్ లు, పిజ్జాలు అసలే లేవు. కూల్ డ్రింకుల బదులు చల్లని మజ్జిగ లేదా నిమ్మ రసం.

"ఏ కాలం లో వున్నాను?" అనుకున్నాడు రాహుల్. పొద్దున్నే యోగ, ఆసనాలు, తరువాత స్నానపానాదులు ,తరువాత చదువు, సాయంత్రం వారి వారి ఇష్టాలననుసరించి కళలు, చిత్రలేఖనం, డాన్స్ అది కూడా శాస్త్రీయ నృత్యం, సంగీతం, కొన్ని ఆటలు, టెన్నిస్, బాడ్మింటన్, లేదా కొన్ని ఇండోర్ గేమ్స్.. అంతా ఆరోగ్యకరమైన వాతావరణం. ఒక వైపు భగవద్గీత, వేద పారాయణం క్లాసెస్. ఏదో సినిమా సెట్టింగ్ లా అనిపించింది. రెండు మూడు మార్లు పారిపోవడానికి ప్రయత్నించాడు. 30 మైళ్ళ వరకు బస్సు లేదు. ఎడ్ల బండిలో వెళ్ళాలి, అది కూడా ఆశ్రమం వాళ్లదే. ఎవరు చూడకుండా గేట్ దాటి కొంత దూరం నడిచి దారి తెన్నూ తెలియక అలిసి రోడ్ పక్కన కూలబడితే కృష్ణ వెతుక్కుంటూ వచ్చి తనతో మళ్ళీ వెనక్కి తీసుకెళ్లాడు. ఒక్క మాట కూడా అనలేదు. వాళ్ళకి ఇవన్నీ అలవాటేమో అనుకున్నాడు రాహుల్. గత్యంతరం లేక అలవాటు పడ్డాడు. ముందు రోజూ

అడిగేవాడు "ఇంకా ఎన్నాళ్ళు?" అని. "అమ్మ నాన్న పిలిపించేవరకు" అన్న ఒకే మాట వచ్చేది. అర్థం అయిపోయింది, తను బాగుపడేవరకు వాళ్ళు పంపించమని అడగరు అని. ముందు ఆసక్తి లేకుండా కూర్చునేవాడు. చాలాసార్లు బాధ పడ్డాడు "ఒక్కడే కొడుకు తను, అంత కఠినంగా వున్నారు తన తల్లి తండ్రులు" అని. నెమ్మదిగా అతనికి తెలియకుండానే అతనిలో మార్పు వచ్చింది.

ఒక ఐదు సంవత్సరాలు గడిచాయి. ఒక మహా నగరంలోని పెద్ద హాల్ లో ఆచార్య రాహుల్ చంద్ర "How to become a normal human being" మీద ప్రసంగం.. ఇతను చాలా పేరు పొందిన మానసిక, వ్యక్తిత్వ, పర్సనాలిటీ డెవలప్మెంట్ కోచ్, spirituality leader లాంటి బిరుదులున్న వక్త అని, అన్ని చోట్ల పెద్ద పెద్ద బోర్డులు పెట్టారు. హాల్ నిండింది. ఒక 30 ఏళ్ళ యువకుడు చూడటానికి ఆకర్షణీయంగా, ఆరోగ్యకరంగా, చురుకయిన కళ్ళతో వున్నవాడు వచ్చి తన ఉపన్యాసం మొదలు పెట్టగానే అందరూ ఏదో మంత్రం వేసినట్టు ఒక్కసారి గా నిశ్శబ్దం పాటించారు.

"నేను ఈనాడు మీ అందరి ముందు నిలబడి మాట్లాడగలుగుతున్నాను అంటే ముందు మా గురువు శ్రీ కృష్ణ చైతన్య గారికి, నన్ను ఆ మార్గం వైపు బలవంతంగానైనా పంపించి, ఇప్పుడు ఇలా ఉన్నత స్థితికి చేరుకోవడానికి కారకులైన నా తల్లి తండ్రులకు ధన్యవాదములు తెలుపుతున్నాను.

నిత్యం పిల్లల చుట్టూ ఉండే వాతావరణానికి, పిల్లల మనస్తత్వానికి సంబంధం ఉందని అంటుంటారు. వారి చుట్టూ ఉండే వాతావరణం అంటే కుటుంబం, కుటుంబంలోని వ్యక్తులు, పిల్లల సామర్థ్యాన్ని ప్రత్యేక బోధన ద్వారా అభివృద్ధి పరచవచ్చని నిపుణుల అభిప్రాయం.

మా ఆశ్రమం లో యువత కి ఆరోగ్యకరమైన శరీరం, మనసు మరియు మంచి జీవన శైలి అలవరచు కొనే విధంగా రోజూ వారి సిలబస్ కూర్పబడింది. ప్రాయోగిక పద్ధతుల ద్వారా భావోద్వేగాలు మరియు ఒత్తిడిల నుండి ఎలా ముందుకు వెళ్ళటమనేది యువతకు నేర్పుతారు. వీటి వల్ల ప్రధాన ఉపయోగ మేమంటే యువతలో ఆత్మ విశ్వాసం పెంపొందించి అన్ని సందర్భాలలోనూ సరియైన నిర్ణయాలను తీసుకోవడానికి ఉపయోగపడి తమ విద్యాభ్యాసంలో మరియు జీవితంలో సవాళ్లను ఎదుర్కోవడానికి వారికి తోడ్పడుతుంది.

ఈ కాలంలో పిల్లలు భావోద్వేగమైన సమస్యలతో డిప్రెషన్, ఆందోళన మొదలైన వాటితో సతమతమవుతూ ఉండటం చూస్తున్నాము. వీటికి సరియైన పరిష్కారం లేదనుకుని యువత తాగుడుకు, మత్తు మందులకి, పొగ తాగటానికి అలవాటు పడటంతోపాటు వారిలో హింసాత్మక ధోరణులు పెరిగి దూకుడు తో వ్యవహరించటం చూస్తున్నాము. వీటి వల్ల యువత నెమ్మదిగా సమాజానికి దూరమవడం కూడా జరుగుతూ ఉన్నాయి.

ఈనాటి పరిస్థితులలో తల్లిదండ్రులందరూ తమ పిల్లల్ని మేధావులుగా, గొప్పవారిగా తీర్చిదిద్దాలని ఆశిస్తున్నారు. దానికి గాను ఎంతగానో శ్రమిస్తున్నారు. తమ సమయాన్ని, డబ్బుని దీనికి గాను వినియోగిస్తున్నారు.

ఏది మార్గం? ఏది గమ్యం? అన్నది ఈనాటి యువత ముందున్న ప్రశ్న. ప్రస్తుత సమాజం లో అనేక ప్రలోభాలు యువత ని చెడు మార్గం వైపు లాగుతున్నాయి. టెక్నాలజీ పరంగా అభివృద్ధి, మానవుని విజయం వైపు నడిపిస్తూనే ఇంకో వైపు అధః పాతాళానికి నెట్టేస్తుంది. చూపుడు వేలితో నొక్కి చూసే వీడియోలు, సినిమాలు, విపరీతమైన స్వేచ్ఛ, దీనితో పాటు సామాన్య మానవునికి కూడా అందుబాటులో ఉంటున్న మద్యం, మాదక ద్రవ్యాలు.. ఎంతవరకు తల్లి తండ్రులు కనిపెట్టి ఉండగలరు? ఈ పోటీ ప్రపంచం లో అహో రాత్రులు కష్ట పడితే కానీ ఈనాటి చదువులు , పెరుగుతున్న పిల్లల అవసరాలు, తీర్చే పరిస్థితి లేదు. పాత కాలం లో సమిష్టి కుటుంబ వ్యవస్థ లో తల్లి తండ్రి ఉద్యోగాలు చేస్తున్నా కనిపెట్టి వుండడానికి ఇంట్లో ఇంకా పెద్దలు ఉండేవాళ్ళు.

అమ్మమ్మలు, నాయనమ్మలు, తాతలు, మావయ్యలు, బాబాయ్, పిన్ని ఇలా సమిష్టి కుటుంబ వ్యవస్థ ఉండేది. ఇప్పుడు ఆ పెద్దవాళ్లు వృద్ధాశ్రమం లలో వుంటున్నారు. ఇంక ఇంట్లో వీళ్ళని అదుపు చేసే వాళ్ళు , మంచి చెడు చెప్పేవాళ్లు ఎవరు? మన పిల్లల భవిష్యత్తు మన చేతిలోనే ఉంది. ఎవరో వస్తారని, ఏదో చేస్తారని ఎదురు చూపులు కాదు.. ఈ ఆశ్రమం నా కళ్ళు తెరిపించింది. నాలో మార్పుని తెచ్చింది. అందరూ ఇలా ఆశ్రమాలలో చేరాలి అని చెప్పను. పిల్లలని ఆశ్రమ పద్ధతి లో మీ ఇంట్లో పెరగనీయండి, పెంచండి. క్రమబద్ధమైన జీవితాన్ని గడపండి. అప్పుడే మీ చుట్టూ వున్న వాళ్లకి ఆదర్శ పాత్రులు అవుతారు. మన సంఘాన్ని, మన జాతిని, మన దేశాన్ని, మన రాబోయే తరాలని కాపాడటం మనందరి చేతుల్లో వుంది. ఆరోగ్యకరమైన, ఆదర్శ ప్రాయమైన వాతావరణం నెలకొల్పండి.

రాహుల్ ఉపన్యాసం ముగించగానే ఒక్కసారి గా కరతాళ ధ్వనుల తో హాలంతా దద్దరిల్లింది.

బ్యాలెన్స్ తప్పిన బాల్యం

విజయచలం భమిడిపాటి

కావేరి, మాధురి ఇంటి గేటు తీసుకుని, చెప్పులు విడుస్తూ లోపలికి అడుగు పెడుతుంటే...లోపల నుండి మాధురి గొంతు కరకుగా వినబడింది.

'ఎందుకో కొడుకు మహేష్ మీద కయ్ కయ్ మంటుంది మాధురి' అనుకుంటూ లోపలికి అడుగు పెట్టింది కావేరి.

“ఆ దుప్పటి పొద్దున అనగా మడత పెట్టమని చెప్పాను! అలాగే వదిలేసి వెళ్ళిపోయావు. ముందు అది మడత పెట్టు. ఉదయం నుంచి నీ కోసమే మడత పెట్టకుండా అలాగే ఉంచాను. తిన్న కంచం కడగడానికి కూడా బద్ధకమే నీకు” బట్టలు మడత పెడుతూ కొడుకుని తిడుతుంది మాధురి.

'మధురమైన మాధురీ కంఠంలో అంత కరుకు మాటలు ఇంతవరకు వినలేదు. మా ఫ్రెండ్ సర్కిల్లో చాలా సహనశీలిగా పేరుపొందింది మాధురి. ఎంతో ఓపికగా ఇల్లు సర్దడం, పిల్లలకి, భర్తకి, అన్నీ చక్కబెట్టడంలో ఎంత అలసినా కూడా...ఆ చిరాకుని వారి మీద ఎప్పుడు ప్రదర్శించ లేదు. అలాంటి మాధురిలో సడన్ గా ఈ మార్పు ఏంటో!' అనుకుంటూ హాల్లోకి వచ్చి, మాధురి వంక చూసి, చిరునవ్వుతో విష్ చేసింది కావేరి.

కావేరి ని చూస్తూనే.. “ఏంటి! చాలా కాలానికి వచ్చావు! ఇప్పటికి గుర్తొచ్చానా!” మడత పెడుతున్న చీరని సోఫాలో పడేస్తూ అంది కినుకగా మాధురి.

మాధురి కొడుకు మహేష్ మొహం లో తల్లి తిట్టింది అన్న అలక, కోపం ఏమీ కనపడలేదు. నవ్వుతూ కావేరిని విష్ చేసి, స్కూల్ టైం కావడంతో బ్యాగ్ తీసుకుని వెళ్ళిపోయాడు.

కావేరి సోఫాలో ఉన్న చీరలు కాస్త పక్కకు జరిపి కూర్చుంటూ..”ఏంటే ఎప్పుడూ లేనిది మహేష్ మీద రుసరుసలాడుతున్నావ్! ఎందుకు అంత కోపం? నువ్వేనా అలా

అరిచింది!" అని ఆశ్చర్యంగా అడిగింది కావేరి. మాధురి ఓ నిట్టూర్పు విడిచి..."ఏం చేయమంటావే! అలా కరకుగా మాట్లాడటం కష్టంగా ఉన్న తప్పట్లేదు" అంది దిగులు మొహంతో.

"14 ఏళ్ళు వచ్చాయి. ఎప్పుడూ లేనిది వాడితో కొత్తగా ఇంటి పనులు చేయిస్తున్నావేంటి? ఈ మార్పుకు కారణం ఏంటో?" అడిగింది కావేరి ఏంటి సంగతి అన్నట్టుగా.

"అదా! రోజు మొత్తం లో దాదాపు ఎక్కువ సమయం స్కూల్లోనే గడిపేస్తున్నాడు మహేష్. మధ్య మధ్యలో నాలుగు మెతుకులు మింగడానికి, రాత్రి పడుకోవడానికి మాత్రమే ఇంటికి వస్తున్నాడు అంతే. రోజంతా స్కూల్లో చదువుకోవడమే కదా! నైన్త్ క్లాస్ కి వచ్చాడుగా రుద్ది రుద్ది పెడుతున్నారు. ఒక ఆట లేదు, పాట లేదు. శరీరానికి వ్యాయామం లేకపోవడం వల్ల, హార్మోన్స్ లో వచ్చే మార్పు వల్ల చిరాకు, కోపం, విసుగు వచ్చి చదువు మీద సరిగ్గా కాన్సెంట్రేట్ చేయలేకపోతున్నాడు. చీటికిమాటికి విసుక్కుంటున్నాడు. చెప్పిన మాట వినడం లేదు. ఓవర్ ప్రెజర్ వల్ల అలా అవుతుందని అర్థమైంది. అందుకే ఇంట్లో ఉన్నంతసేపు ఏదో ఒక పని చెప్తూ ఉన్నాను. దానివల్ల మొదట్లో కాస్త ఇబ్బంది పడ్డా, ఇప్పుడు కొంత సహనం అబ్బింది వాడికి. ఈ కాలం పిల్లలకి అస్సలు ఓర్పు లేదు. చిన్న విషయాలను కూడా సహించలేక, సూసైడ్ చేసుకుంటున్నారు" అంది మాధురి బాధగా.

"అవును మాధురి! ఈ కాలం పిల్లలు ఏంటో! చాలా తేడాగా ఉన్నారు. వాళ్లని ఏమనాలన్నా ఆలోచించాల్సి వస్తుంది. అలా అని ఏమీ చెప్పకుండా ఉంటే ఏమైపోతారో! అని దిగులుగా కూడా ఉంది. చిన్న చిన్న విషయాలను తట్టుకోలేక చనిపోతున్నారు. జీవితాన్ని నాశనం చేసుకుంటున్నారు. తల్లి ,తండ్రి జీవితాంతం కుమిలిపోయేలా చేస్తున్నారు" ఏంటో ఈ పిల్లలు అన్నట్టు తల విదిలించింది కావేరి.

"మన చిన్నప్పుడు మన అమ్మానాన్న, మనం తప్పు చేస్తే ముందు, వెనక ఆలోచించకుండా, పక్కన ఎవరున్నా కూడా పట్టించుకోకుండా తిట్టిపోసేవారు. మనకి అప్పుడు అది బాధగా అనిపించినా తర్వాత తెలుసుకుని సర్దుకుపోయేవాళ్ళం. మనల్ని ఎవరు ఏమన్నా మనసుకు తీసుకునేవాళ్ళం కాదు. మన అమ్మానాన్న అలా తిట్టి మనల్ని మానసికంగా స్ట్రాంగ్ గా ఉండేట్టు చేశారనే చెప్పాలి. నేను నా పిల్లల్ని తిట్టకుండా, కొట్టకుండా పెంచాలనుకున్నాను. ఇప్పటి తల్లిదండ్రులంతా తమ పిల్లల్ని అలాగే

పెంచాలనుకుంటున్నారు. మొన్నటిదాకా నేను అలాగే చేశాను. కానీ అది ఎంత పొరపాటో తెలుసుకున్నాను" అని చెప్పడం ఆపింది మాధురి.

"అసలు ఏమైంది? పిల్లల్ని తిట్టకుండా పెంచడం తప్పెందుకు అవుతుంది? వారి మనసు నొచ్చుకోకుండా పెంచడం మంచిదే కదా!" అని చెప్పి, అసలు విషయం ఏంటో చెప్పు అన్నట్టుగా చూసింది కావేరి.

మాధురి చెప్తాను అన్నట్టుగా తల ఊపి ,

"మహేష్ ఎప్పుడు క్లాస్ ఫస్ట్ వస్తాడు. ఆ విషయం నీకు కూడా తెలుసు కదా! అదే వాడిలో గర్వాన్ని పెంచింది. వాడి ఫ్రెండ్స్ సరిగ్గా చదవరు. అందులో సూర్య అస్సలు చదవడు. కొన్ని రోజుల క్రితం మహేష్ వాళ్ళ క్లాస్ టీచర్ సుధాకర్ గారు లెసన్ చెప్తూ ఉండగా... ఆయనకి ఫోన్ కాల్ వచ్చింది. తనకి ఏదో అర్జెంటు పని ఉందని, క్లాస్ చూసుకోమని ఆ బాధ్యత సూర్యకి అప్పగించారు.అలాగే క్లాసులో ఎవరు గోల చేసినా , పేర్లు నోట్ చేసి ఉంచమని, వచ్చాక వారి సంగతి చెప్తానని చెప్పి వెళ్లిపోయారు.

టీచర్ ఇచ్చిన వర్క్ పూర్తి చేసి మహేష్ ,'నేను క్లాస్ ఫస్ట్, నన్ను ఎవరు అనేది' అనుకుంటూ పక్క పిల్లాడితో మాట్లాడుతూ ఉంటే... అది చూసిన సూర్య "మహేష్ సైలెంట్ గా ఉండు" అన్నాడట. కానీ మహేష్ పట్టించుకోకుండా ఇంకా మాట్లాడేసరికి..

"నీ పేరు రాస్తున్నా!" అంటూ సూర్య నోట్స్ లో మహేష్ పేరు రాసేసరికి, మహేష్ కి పట్టరాని కోపం వచ్చి సూర్యవంక కోపంగా చూస్తూ..లోలోన తిట్టుకుంటూ ఉన్నాడు. ఈ లోగా లంచ్ అవర్ అవడంతో స్కూల్ బెల్ కొట్టారు .

★★★

ఇంటికి వచ్చాడే కానీ నాతో ఏమీ మాట్లాడకుండా మౌనంగా ఉన్నాడు.

ప్లేట్లో పెట్టిన అన్నం కలుపుకోకుండా, మొహం ముట ముట లాడిస్తూ, కోపంగా పళ్ళు కొరుకుతూ కూర్చునేసరికి..."ఏమైంది మహి?" అని అడిగాను వాడి పక్కన కూర్చుంటూ.

వాడు మాట్లాడలేదు, ఫేస్ లో ఎక్స్ప్రెషన్ మారలేదు. చాలా డిస్టర్బ్ గా ఉంది వాడి మైండ్ అనిపించి, వాడి చెయ్యి నా చేతిలోకి తీసుకుంటూ..మళ్ళీ అడిగాను "ఏమైందిరా?" అని.

"అమ్మ! నేను ఈ స్కూల్లో చదవను. నన్ను వేరే స్కూల్లో చేర్పించండి" అన్నాడు దాదాపు ఏడుపు మొహం పెట్టి. ఇప్పుడు మధ్యలో స్కూల్ మానేస్తే ఎలా! అని అందామని ఆగిపోయి, "ఎందుకు స్కూల్ మార్చేద్దాం అంటున్నావ్! ఇంతకీ ఏమైందో చెప్పు" అడిగాను వాడి కళ్ళల్లోకి సూటిగా చూస్తూ.

"ఆ సూర్య గాడు లేడు! వాడికి ఎంత పొగరు! నా పేరు నోట్స్ లో రాసి సార్ తో కొట్టిస్తాను అన్నాడు. వాడుండే స్కూల్లో నేను చదవను" అన్నాడు ఉక్రోషంగా.

ఆ మాటకి నాకు బాగా నవ్వొచ్చింది. అయినా అది పైకి కనిపించనికుండా... "సరే సార్ తో నిన్ను కొట్టిస్తాను అన్న సూర్యని ఏం చేద్దాం?" అడిగాను ఏం చెప్తాడా అని.

"వాడిని చంపేయాలి అన్నంత కోపంగా ఉంది కానీ, వద్దులే!" అని ఆగాడు.

"పోనీ సార్ తో కొట్టిద్దామా?" అన్నాను.

వాడి మొహం కాస్త ప్రసన్నంగా మారింది.

అది గమనించి, "సరే అయితే! వాడిని సార్ ఆడపిల్లల అందరి ముందు చితక్కొట్టినట్టు ఊహించుకో!" అన్నాను. ఆ మాటతో వాడి మొహం వెలిగిపోయింది.

"పోనీ మోకాళ్ళ మీద గ్రౌండ్ అంతా నడిపిద్దామా!" అని చిన్నగా నవ్వుతూ అన్నాను. నేను చెప్పినవన్నీ ఊహించుకుంటున్న వాడి మొహం చిచ్చుబుడ్డిలా వెలిగింది. ఈలోగా మధ్యాహ్నం స్కూల్ బెల్ కొట్టడంతో బ్యాగ్ తీసుకుని, స్కూల్ కి వెళ్ళిపోయాడు.

★★★

సాయంత్రం స్కూల్ నుంచి వస్తూనే .. స్కూల్ బ్యాగ్ కింద పెట్టకుండానే, చాలా సంతోషంగా చిరునవ్వులు చిందిస్తూ నా దగ్గరికి వచ్చి, సోఫాలో నా పక్కన కూర్చుని,

"అమ్మా! మధ్యాహ్నం ఏమైందంటే!" అని ఏదో చెప్పబోయాడు . నేను వాడి భుజానికి ఉన్న బ్యాగ్ తీసి పక్కన పెట్టి, "ఏమైంది మహి?" అని అడిగాను ఉత్సాహంగా.

"అమ్మ! నువ్వు చెప్పినట్టే వాడిని కొట్టినట్టు ఊహించుకుంటూ స్కూలుకు వెళ్ళి, వాడిని చూశాను. నిజం చెప్పనా! అసలు నాకు వాడి మీద కోపమే రాలేదు. మళ్ళీ మళ్ళీ అలాగే ఊహించుకున్నాను. వాడిని చూస్తే నాకు బాగా నవ్వొచ్చింది తెలుసా!" అన్నాడు కిలకిల నవ్వేస్తూ.

హమ్మయ్య! వాడిలో కోపం ఎగిరిపోయి, సంతోషంగా ఉన్నాడు. ఇప్పుడు నా మాటలు అర్థం చేసుకునే అంత ప్రశాంతత వాడిలో ఉంది అని అర్థం అయ్యాక, వాడి భుజం

మీద చేయి వేసి, "చూడు మహి! నిన్ను ఒకటి అడుగుతాను తడబడకుండా నిజం చెప్పాలి" అన్నాను. "సరే !" అంటూ ఉత్సాహంగా తల ఊపాడు.

"మధ్యాహ్నం మాస్టారు వెళుతూ ... సూర్యానికి, నువ్వు అల్లరి చేసిన వారందరి పేర్లు రాయాలి అని చెప్పారు కదా! అదే పని నీకు అప్పగించి ఉంటే! నీ ప్లేస్ లో సూర్య ఉండి, పక్క వాళ్ళతో మాట్లాడుతూ ఉంటే! అతని పేరు రాస్తావా? లేకపోతే నా ఫ్రెండే కదా! అని వదిలేస్తావా?" అడిగాను.

దానికి వాడు కాసేపు మౌనంగా ఉండి,

"సార్ చెప్పారు కాబట్టి, ఫ్రెండ్ అయినా సరే వాడి పేరు రాస్తాను" అన్నాడు.

"మరి సూర్య చేసింది కూడా అదే కదా! వాడి మీద ఎందుకు అంత కోపం నీకు?" అన్నాను.

దానికి వాడు సమాధానం చెప్పలేదు.

"చూడు మహి! మనకి కోపం తెప్పించే సంఘటనలు చాలా జరుగుతాయి. వాటి ప్రభావం మన మీద పడగానే మనం వెంటనే రియాక్ట్ అయిపోకూడదు. ఆలోచించాలి. ఎదుటి వాళ్ళ ప్లేస్ లో మనం ఉంటే ఏం చేస్తాం అని ఆలోచిస్తే చాలు! చాలా సమస్యలు పరిష్కారం అయిపోతాయి . నువ్వు అలా సూర్య స్థానంలోకి వెళ్లి ఆలోచించలేదు కాబట్టి వాడి మీద నీకు కోపం వచ్చింది."

"ఈ విషయం నేను, నీకు మధ్యాహ్నమే చెప్పొచ్చు కానీ, నువ్వు అప్పుడు వినే స్థితిలో లేవు. అందుకని ఇప్పుడు చెప్తున్నాను. ఇకనుంచి అయినా, ఎవరేమన్నా అంటే వెంటనే కోపగించుకోకు. వారి స్థానంలోకి వెళ్లి చూడు. అప్పుడు కూడా నీకు వాళ్ల మీద కోపం తగ్గకపోతే, నీ కోపం కరెక్టే. అప్పుడు దాని గురించి ఏం చేయాలో ఆలోచించు అన్నాను" అని చెప్పడం ఆపింది మాధురి.

"మహేష్ కి చాలా బాగా అర్థమయ్యేట్టు చెప్పావే. చాలామంది పేరెంట్స్ కి వాళ్ల పిల్లలకు ఇంత చక్కగా అర్థమయ్యేట్టు చెప్పి, వారిని మార్చుకునే ఓర్పు, సహనం లేవు . అన్నిటికన్నా ముఖ్యంగా వారి దగ్గర పిల్లలతో గడిపే సమయం లేదు" అంది కావేరి మెచ్చుకుంటున్నట్టుగా .

"తల్లిదండ్రులకి ఆ మాత్రం బాధ్యత లేకపోతే ఎలా? పిల్లలకి అర్థమయ్యేలా విడమర్చి మాటలు చెప్పడమే కాదు , అప్పుడప్పుడు పిల్లల్ని చిన్న దెబ్బలు కూడా వేస్తూ

ఉండాలి. దానివల్ల వారికి జీవితంలో ఎలాంటి ఆటుపోట్లు ఎదురైనా తట్టుకునే శక్తి వస్తుంది. కానీ ఇప్పుడు మనం పిల్లల్ని తిట్టడం లేదు, కొట్టడం లేదు. కనీసం స్కూల్లో టీచర్లు ఓ దెబ్బ వేసి మందలిస్తే, మనమే టీచర్ల మీదకి గొడవకు వెళ్తున్నాం. అది చాలా తప్పు పని. పిల్లలకి ఎవరి భయం లేకపోతే వారికి స్వేచ్ఛ ఎక్కువ అయిపోతుంది. వాళ్లు చేసేదే కరెక్ట్ అనుకుంటారు . వారి తప్పులు సరిదిద్దడానికి మనం మందలిస్తే, అది సహించలేక ఆత్మహత్యలు చేసుకుంటున్నారు. అతి సున్నిత మనస్కులుగా తయారయ్యారు. కాదు...కాదు ..మనమే తయారు చేస్తున్నాం.

నీకో విషయం చెప్తే ఆశ్చర్యపోతావ్! కానీ ఇది నిజం. మొన్న ఏమైందో తెలుసా!" అని చెప్పడం ఆపి కావేరి వైపు చూసింది మాధురి.

"ఏమైంది?" అడిగింది కావేరి ఏదో విశేషం ఉండే ఉంటుంది అన్నట్టుగా మొహం పెట్టి.

మాధురి ఓ నిట్టూర్పు విడిచి,

"నేను మహేష్ ని ఎప్పుడూ ఒక మాట అనడం గానీ ఒక చిన్న దెబ్బ వేయడం గానీ నువ్వు చూసి ఉండవు" అంది మాధురి, కావేరి వైపు చూస్తూ.

ఆ మాటకి, అవును అన్నట్టుగా తల ఊపింది కావేరి.

"అలా నేను వాడిని ఎప్పుడూ ఒక దెబ్బ కూడా కొట్టకపోవడం వల్ల, వాడు చాలా సెన్సిటివ్ గా తయారయ్యాడు. ఎంత సెన్సిటివ్ గా అంటే! వాళ్ల సార్ వీడిని ఒక దెబ్బ వేసేసరికి, అదొక పెద్ద అవమానంగా ఫీల్ అయ్యి, సూసైడ్ చేసుకుని చచ్చిపోయేంత!" అని మాధురి అనగానే ,

"వాట్!" అని తుళ్ళిపడినట్టుగా అని,

" ఆ మాత్రానికే సూసైడ్ చేసుకోవాలా! చాలా విచిత్రంగా ఉందే!" అంది కావేరి ఓ మై గాడ్ అన్నట్టుగా.

"అవునే! క్రితం వారం మహేష్ వాళ్లకి ఎగ్జామ్స్ జరిగాయి. మహేష్ ఎగ్జామ్స్ రాస్తూ...పక్కన ఉన్న తన ఫ్రెండ్ ని స్కేల్ అడగడానికి ముందుకు వంగి, పిలిచాడట స్కేల్ ఇమ్మని. ఇది వెనకనుంచి చూసిన టీచర్, మహేష్ ఆ అబ్బాయిని క్వశ్చన్స్ కి ఆన్సర్ అడుగుతున్నాడు అనుకుని, గబగబా మహేష్ దగ్గరికి వచ్చి నెత్తి మీద ఒకటి పీకాడట. అందరూ మహేష్ వంక చూసేసరికి మహేష్ చాలా అవమానంగా ఫీల్ అయ్యి, సార్ వంక

కోపంగా చూస్తూ "నేను వాడిని ఆన్సర్ చెప్పమని కాదు, స్కేల్ ఇమ్మని అడుగుతున్నాను సార్" అన్నాడట చిన్న బుచ్చుకున్న మొహంతో.

"దొరికాక అందరూ చెప్పే ఆన్సరే ఇది!" అని వ్యంగ్యంగా మాట్లాడి, ఆయన వెళ్లి కుర్చీలో కూర్చున్నాడట. తను చేయని తప్పుకి అందరి ముందు కొట్టించుకున్నందుకు మహేష్ అవమానంగా ఫీల్ అయ్యి, తన చేతిలో ఉన్న పెన్ తో మణికట్టు దగ్గర గట్టిగా పొడుచుకున్నాడట.

అది చూసిన వాళ్ళ ఫ్రెండ్ "ఏంటిది! అలా చేస్తున్నావు?" అని కంగారుగా అడిగితే...

"చాలా సినిమాల్లో చూపించారు కదా, ఇక్కడ చాకుతో కోసుకుంటే చచ్చిపోతారని!" అన్నాడట.

రక్తం కారుతున్న మహేష్ చేతిని చూసి, వెంటనే తన జేబులోంచి కర్చీఫ్ తీసి ఇచ్చి, కట్టుకోమని చెప్పాడట మహేష్ ఫ్రెండ్.

మళ్లీ మీరెందుకు మాట్లాడుకుంటున్నారని సార్ తిడతారని, ఇద్దరూ సైలెంట్ గా ఉండిపోయారట.

★★★

మధ్యాహ్నం లంచ్ కి ఇంటికి వెళ్తూ..ఆ అబ్బాయి వచ్చి, నాకు ఈ విషయం చెప్పాడు. ఆ పిల్లాడు చెప్పిన మాట విన్న నా గుండె గుభేలు మంది. ఇంత చిన్న విషయానికే నరం మీద పొడుచుకుని చచ్చి పోదామన్న డెసిషన్ తీసుకోవడమా!" అనుకొని ఆలోచనలో పడ్డాను.

వాడిని గారాబం చేస్తూ, చిన్న దెబ్బ కూడా వేయకుండా సున్నితంగా పెంచడమే దీని అంతటికి కారణం అనిపించింది నాకు.

అందుకే వాడిని నా దగ్గర కూర్చోబెట్టుకొని, చిన్నప్పుడు మేము ఎలా పెరిగాము? స్కూల్లో టీచర్స్ మేము తప్పు చేస్తే ఎలా మందలించేవారు? ఇవన్నీ వివరంగా చెప్పాను."

"నన్ను కూడా టీచర్ చాలా సార్లు కొట్టారు. అలా అని నేను ఏ బ్లేడు తోనో, చాకో తోనో కోసుకొని చనిపోయి ఉంటే

ఎలా ఉండేది?" అడిగాను మహేష్ ని.

వాడు అమ్మో! అన్నట్టుగా పెట్టాడు మొహం .

ఇంకెప్పుడూ చిన్న చిన్న వాటికి అలా చేయకు అని మందలించి, అప్పటినుంచి వాడితో కాస్త కఠినంగా మాట్లాడటం, వీలైతే రెండు దెబ్బలు పీకడం చేస్తున్నాను.తప్పదు మరి! అమ్మ పెట్టే రెండు పెడితే గాని, వినరు, దారిలోకి రారు" ఏంటో ఈ కాలం పిల్లలు అన్నట్టుగా చెప్పింది మాధురి.

"నువ్వు చెప్పింది అక్షరాల నిజం" అంది కావేరి.

"పిల్లల్ని అన్ని పరిస్థితులకు తట్టుకునే విధంగా పెంచాలి. అలాగే ఈ కాలం పిల్లలకి స్ట్రెస్ లెవెల్స్ బాగా పెరిగిపోతున్నాయి. దానికి కారణం హార్మోన్ల ఇన్ బ్యాలెన్స్. శరీరానికి సరైన వ్యాయామం లేకపోవడం వల్ల, అన్ని బ్యాలన్స్ తప్పుతున్నాయి. అదే, వాళ్ళు రోజులో కొంతసేపు ఆటలు ఆడితే..గెలుపు ఓటములు తట్టుకునే శక్తి వస్తుంది. అలాగే శరీరంలో అన్ని భాగాలు, హార్మోన్స్ యాక్టివ్ గా ఉంటాయి. అందుకే మహేష్ ఇంట్లో ఉన్న కాసేపు, వాడికి చిన్న చిన్న పనులు చెబుతూ ... సెలవు రోజుల్లో షాప్ కి వెళ్లి, సరుకులు, కూరగాయలు తీసుకురమ్మని చెప్తున్నాను. అలాగే స్కూల్లో పర్మిషన్ తీసుకుని వాడికి ఇష్టమైన షటిల్ లో కూడా చేర్పించాను. ఓ గంట చదువు పోతే పోయిందిలే...ఆ మేరకు రాత్రిపూట చదివిస్తున్నాను" చెప్పింది మాధురి.

"పిల్లల్ని పెంచడం అంటే, అంత ఈజీ కాదు అంటే ఏమో అనుకున్నాను! నిజంగా అది ఒక మహాకార్యం. ప్రతి పేరెంట్స్ నీలాగా ఆలోచిస్తేనే ..పిల్లల్ని మంచి వ్యక్తిత్వం ఉన్న వారిగా తీర్చిదిద్దగలం . మనం ఎంతసేపు వాళ్లు చదువుకోవాలి, మంచి ఉద్యోగం చేసి బాగా సంపాదించాలి అనుకుంటున్నాం. కానీ జీవితంలో ఎదురయ్యే ఏ సమస్య నైనా ధైర్యంగా ఎదుర్కోవడం ఎలాగో వాళ్ళకి నేర్పించడం లేదు. ఇకనుంచి నేను మా పిల్లల్ని నీలాగే జాగ్రత్తగా పెంచుతాను. ఈ తరం పిల్లలు మారాలంటే ముందు పెద్దలు మారాలి అని చాలా బాగా చెప్పావు" అంటూ మాధురి భుజం తట్టింది కావేరి మెచ్చుకోలుగా .

ఈ చదువులు మాకొద్దు

జి. రంగబాబు

అది దేశంలోనే అత్యంత పేరు మోసిన ఐఐటీ క్యాంపస్. ఆ కాలేజ్ కాన్ఫరెన్స్ హాల్లో డైరెక్టర్ శశాంక్ పాండ్యాతో పాటు మరో ముగ్గురు ప్రొఫెసర్లు కూర్చొని ఉన్నారు.

డాక్టర్ శశాంక్ పాండ్యా కి ఎదురుగా ఉన్న ఛైర్స్ లో కూర్చొని ఉన్న ముగ్గురు ప్రొఫెసర్స్ ముందర ఇంటర్నేషనల్ జనరల్స్ ఉన్నాయి. ఇంత అత్యవసరంగా తమ ముగ్గురితో ఈ సమావేశం ఎందుకు ఏర్పాటు చేశారో తెలియక తికమక పడుతున్నారు ఆ ప్రొఫెసర్లు.

ఆ ముగ్గురు ప్రొఫెసర్లు ఒకరు గణిత శాస్త్రం ప్రొఫెసర్ డాక్టర్ జయదేవ్, మరొకరు భౌతికశాస్త్రం ప్రొఫెసర్ డాక్టర్ వినయ్ భరద్వాజ్, ఇంకొకరు రసాయన శాస్త్రం ప్రొఫెసర్ డాక్టర్ సంజయ్ సాహు.

అంత ఏసీ రూమ్ లోనూ వారికి చెమటలు పడుతున్నాయి విషయం ఏంటో తెలియక. ఆయన ఏం చెబుతాడో అని ఆత్రం గా ఎదురు చూస్తున్నారు ముగ్గురూ.

డైరెక్టర్ శశాంక్ పాండ్య గొంతు సవరించుకుని ఆయన ఎదురుగా ఉన్న స్టాండ్ మైక్ లో మాట్లాడటం మొదలుపెట్టారు "గుడ్ మార్నింగ్ మై డియర్ ప్రొఫెసర్స్ ..!"

"గుడ్ మార్నింగ్ సార్..!" అంటూ తిరిగి రిప్లై ఇచ్చారు ముగ్గురూ ఒకేసారి.

ఆరు నెలల క్రితం దేశవ్యాప్తంగా జరిగిన ఐఐటీ జేఈఈ మెయిన్స్ ఎగ్జామ్ కి మన కాలేజీయే పేపర్ సెట్ చేసింది కదూ.

"అవును సార్ తెలిసిందేగా..." అన్నారు ఏక కంఠంతో.

"ఆ పేపరు ఆన్సర్ చేసిన వారిలో ఎంతమంది క్వాలిఫై అయ్యారో మీకు తెలుసా...?"

"తెలుసు సర్... చాలా తక్కువ మంది"

"దానికి కారణం...?"

“పేపరు టఫ్ గా ఉండటం”

“ఒక్కో పేపర్‌లోనూ విడివిడిగా మాక్సిమం మార్కులు ఎన్ని వచ్చాయి అంటారు...?”

“గణితంలో నూట ఇరవైకి అరవై రెండు, ఫిజిక్స్ లో నూట ఇరవై కి నలభై, రసాయన శాస్త్రంలో నూట ఇరవై కి ముప్పై ఐదు.” ముగ్గురూ వరుసగా చెప్పారు.

“అంటే టోటల్ మూడు వందల అరవై కి నూట ముప్పై ఏడు. అనగా థర్టీ సెవెన్ పర్సెంట్. అంటే యాభై శాతం కూడా స్కోరు చేయలేని విధంగా పేపర్ సెట్ చేశారన్న మాట గుడ్.”

వాళ్ళు ఏం మాట్లాడలేదు.

డైరెక్టరే మళ్లీ “ఆ జర్నల్స్ లో మనం సెట్ చేసిన పేపర్ గురించి అనాలసిస్ ఉంది, చదివారా...?” అంటూ ఆ జర్నల్స్ ని వారి ముందుకు చేరేలా తోశారు ఆయన.

“చదివాం సార్...!” అన్నారు ముగ్గురూ .

నిజానికి అంతకుముందే ఆ ఆర్టికల్స్ చదివారు ముగ్గురూ.

“దానికి మీ సమాధానం...?” డైరెక్టర్ గారి కంఠం కొంచెం పెద్దగా ధ్వనించింది. వారేం మాట్లాడలేదు, మౌనంగా ఉండిపోయారు.

“సరే నేను ఒక వీడియో ప్లే చేస్తాను చూడండి...” అంటూ తన చేతిలోని రిమోట్‌తో ఆన్ చేశారు. లైట్స్ ఆఫ్ చేశారు. వీడియో స్క్రీన్ పై ప్లే అవుతోంది. ఆ వీడియోలో ఆరుగురు ఆస్ట్రేలియన్ ప్రొఫెసర్లు అదే పేపర్ గురించి అనాలసిస్ చేస్తున్నారు. ఆ పేపర్ పై తమ తమ అభిప్రాయాన్ని వ్యక్తం చేశారు. ఆ వీడియో చూస్తున్న ముగ్గురు ప్రొఫెసర్ల ముఖంలో కత్తివేటుకి నెత్తురు చుక్క లేదు. సుమారు పదహారు నిమిషాల నిడివిగల ఆ వీడియో పూర్తయింది. స్క్రీన్ పై పిక్చర్ అయిపోయింది. వెంటనే ఆ గదిలో నిశ్శబ్దం రాజ్యమేలింది కాసేపు.

డైరెక్టర్ శశాంక్ పాండ్యా మళ్లీ కొనసాగించారు “టిబీస్ అనే యూ ట్యూబర్ ఈ ప్రశ్న పత్రాన్ని ఆరుగురు ఆస్ట్రేలియా ప్రొఫెసర్లకు ఇచ్చి విశ్లేషించ మన్నాడు. వారి విశ్లేషణ పూర్తయ్యాక వారిని ఇంటర్వ్యూ చేశాడు. ఆ ఇంటర్వ్యూ ని షూట్ చేసి యూ ట్యూబ్ ఛానల్ లో పెట్టాడు. వెంటనే ఆ వీడియో వైరల్ అయింది. పోస్ట్ చేసిన ఇరవై నాలుగు గంటల్లోనే నాలుగు లక్షల మందికి పైగా నెటిజన్లు దానిని వీక్షించారు తెలుసా...?”

వాళ్లేమీ మాట్లాడలేదు. ఎందుకంటే వారికి ఈ విషయాలన్నీ ముందే తెలుసు.

"మన క్వశ్చన్ పేపర్ చూసిన ప్రొఫెసర్ దానికి కఠినత్వాన్ని చూసి బిత్తర పోయాడట. డాక్టర్ జేమ్స్ అనే ప్రొఫెసర్ అయితే ఏమన్నాడో తెలుసా...? 'ఎవరినైనా ఈ ప్రశ్న పత్రం భయపెట్టలేదు అంటే ఆ విద్యార్థి మహామేధావి క్రింద లెక్క. ప్రపంచ ఛాంపియన్ కింద అతన్ని పరిగణించవచ్చు' అన్నాడు.

గణిత శాస్త్ర నిపుణుడైన మరో ప్రొఫెసర్ బ్యారీ హ్యూజెస్ అనే ఆయన ఐ ఐ టి మెయిన్స్ ప్రశ్నాపత్రాన్ని చూసి పెదవి విరుస్తూ "దీన్ని గంటలో పూర్తి చేయడం అసంభవం. దేవుడు దిగి రావాలి" అన్నాడు.

అలాగే మరొక ఆయన, "అదే నేను పన్నెండవ తరగతి విద్యార్థిని అయి ఉంటే ఇదే పేపర్ నాకు ఇచ్చి ఉంటే ఆ పేపర్ పట్టుకుని భోరున విలపిస్తూ ఏడ్చుకుంటూ పరీక్ష కేంద్రం నుండి బయటకు పరిగెత్తుకుంటూ వచ్చేసేవాడిని. అలా పేపర్ చూసి చలించని, బాధపడని విద్యార్థులు ఉన్నారంటే వారికి నా జోహార్లు!" అని అన్నాడు.

మరో ప్రొఫెసర్ డాక్టర్ శ్యామ్ మాత్రం ఆ ప్రశ్నాపత్రం చూసి హడలిపోయాడు.

"ఇదేం ప్రశ్న పత్రం బాబోయ్... దారుణం ...!" అని కామెంట్ చేస్తూ మీరు సెట్ చేసిన ప్రశ్న పత్రం చాలా నిరాశాజనకంగా ఉందని తన అభిప్రాయాన్ని వ్యక్తం చేశారు. ఇది నిజమైన ప్రతిభకు పట్టం కట్టే ప్రశ్న పత్రమే కాదన్నాడు. ఈ ప్రశ్న పత్రంలోని ప్రశ్నలు చాలా వరకు జ్ఞాపక శక్తి, బట్టి మీద ఆధారపడి ఉన్నాయే తప్ప నిజమైన తెలివితేటలు ప్రదర్శించి రాయగలిగేవి కాదన్నాడు. ఇటువంటి విద్యా విధానం చాలా చెడ్డదని అసాధారణమైనదిగా పేర్కొన్నాడు.

ఇక ఈ వీడియోలో మిగతా ప్రొఫెసర్లు వ్యక్తం చేసిన అభిప్రాయం ఏమిటంటే ఈ ప్రశ్నాపత్రంలోని ప్రశ్నలు ఇవ్వబడిన పాఠ్యాంశాలు వారి దేశంలో అయితే విశ్వవిద్యాలయ స్థాయిలో మాత్రమే నేర్పుతారట. అంటే పోస్ట్ గ్రాడ్యుయేషన్ లెవెల్ అన్నమాట. ఇక్కడ మనదేశంలో కేవలం ఇంటర్ అంటే ప్లస్ టు రాసిన విద్యార్థులకు ఇస్తున్నామన్న మాట. వారు వారి పాఠ్యాంశాల్లో చదువుకోని, సిలబస్లో లేని అంశాలను పరీక్షలో ఇచ్చే గొప్పతనం మనది. వాళ్ళు ఇంకా ఏమన్నారో తెలుసా...? విద్యార్థులు మంచి పాఠశాలకు వెళ్లి అక్కడ మంచి ఉపాధ్యాయులు ఉండి పాఠాలు చెబితే మంచి ఫలితాలు వస్తాయి కానీ ఈ తరహా గడియారం ముల్లుతో పోటీపడే విధంగా ఉన్న చదువులు, పరీక్షలను ఎదుర్కోవలసి రావడం వల్ల విద్యార్థుల్లో సబ్జెక్టు పై పట్టు తగ్గుతుంది అని అభిప్రాయపడ్డారు

ఇప్పుడు చెప్పండి, మీరు చాలా గొప్ప పని చేశామని అనుకుంటున్నారా, ఇలాంటి పేపర్ సెట్ చేసి...? ఎవ్వరూ సెట్ చేయలేని విధంగా పేపర్ తయారు చేసామని గొప్పగా అనుకుంటున్నారు కదూ...? మాలాగా పేపర్ సెట్ చేయగలిగే వారు ఎక్కడా ఉండరు అని రొమ్ము విరుచుకుంటున్నారు కదూ...!" అని అడిగాడు డాక్టర్ శశాంక్.

సూటిగా ఆయన అడిగిన ప్రశ్నకు బిక్క చచ్చిపోయారు ఆ ముగ్గురు ప్రొఫెసర్లు. కర్చీఫ్ తో మొహాలు తుడుచుకుంటున్నారు అంత ఏసీ లోను కూడా.

"ప్రపంచ దేశాల్లో మన భారతదేశం పరువు తీసేశారు కదా...! చూశారా మన విద్యా విధానాన్ని ఎంత చులకనగా చూస్తున్నారో ...ఎంత హేళన చేస్తున్నారో ..కేవలం మీరు తయారు చేసిన ప్రశ్న పత్రం వలన. ఏం...? ఇంత కఠినమైన ప్రశ్నలు ఇస్తే గాని వారిలో ఉన్న ప్రతిభ బయటకు రాదంటారా...? టఫ్ గా ఇవ్వడం కోసం సిలబస్లో లేని ప్రశ్నలు ఇవ్వడం సరైన పద్ధతి అని భావించారా? ఈమాత్రం ప్రశ్నలు మామూలు ఉపాధ్యాయుడు కూడా తయారు చేయగలడు. టెన్త్ పరీక్షలు రాసే కుర్రాడికి ఇంటర్ ప్రశ్నాపత్రం ఇచ్చినట్లు ఉంది.

"మీకొక పరీక్ష పెట్టబోతున్నాను" అన్నారాయన. వాళ్లు కంగారుగా చూసారు డైరెక్టర్ వైపు, ఏం పరీక్ష పెట్టబోతున్నాడో అని. వాళ్ళు తయారు చేసిన ప్రశ్న పత్రాన్ని మూడు భాగాలు చేశారు. ఏ సబ్జెక్టు ఎవరిదో వారికి అయా భాగాలను పంచారు.

"మీరు స్వయంగా తయారుచేసిన ప్రశ్న పత్రాలు ఇవి. వీటిని ఆన్సర్ చేయడానికి మనం ఎంత సమయం కేటాయించామో, అదే సమయంలో మీరు ఆన్సర్ చేయవలసి ఉంటుంది. అంటే ఒక్కో పేపరుకు ఒక్కో గంట. ఆన్సర్ చేయండి" ' అన్నారాయన. అప్పుడు నోరు విప్పారు ముగ్గురు ప్రొఫెసర్లు.

"మీరు మమ్మల్ని అవమానిస్తున్నారు"

"ఇందులో మిమ్మల్ని అవమానించేదేం లేదు. మీరు మీ మీ సబ్జెక్టులలో నిష్ణాతులు. మీ చేతులతో, మీ మేధస్సు మీరే స్వయంగా సెట్ చేసిన పేపరు. మరి మీరు కేటాయించిన సమయంలోనే మీరు చేయగలగాలి కదా. అలా కాని పక్షంలో అటువంటి కష్టతరమైన ప్రశ్నలు ఒక గంట సమయానికే పరిమితం చేసి ఇవ్వకూడదు కదా. అందుకని మీచే తయారు చేయబడిన ఈ పేపర్లను మీరే ఆన్సర్ చేసి నాకు చూపించండి" అన్నారాయన కచ్చితంగా. ఆయన చెప్పింది చేయకపోతే పర్యవసానం ఎలా ఉంటుందో తెలుసు కనుక వారు ఆన్సర్ చేయడానికి సంసిద్ధులయ్యారు. గంట సమయం గడిచింది. ఆయన చేయడం

ఆపమన్నారు వారిని. వారెన్ని ఆన్సర్ చేశారో తెలుసుకోవడానికి ఆ పేపర్లను వారి నుండి కలెక్ట్ చేసుకున్నారు. వాటిని పరిశీలిస్తే గణితం ప్రొఫెసర్ 30 ప్రశ్నలకు 16 ప్రశ్నలకు మాత్రమే సమాధానాలు రాయగలిగారు. మిగిలిన ఇద్దరు చెరొక 12 ప్రశ్నలు మాత్రమే చేయగలిగారు గంటలో, ప్రశ్నలు వారికి తెలిసినవే అయినప్పటికీ. "చూశారా... మీరు స్వయంగా సెట్ చేసిన ప్రశ్న పత్రంలో సగం కూడా చేయలేకపోయారు నిర్ణీత సమయంలో. ఇక విద్యార్థులు ఎలా చేయగలరని మీరు భావించారు...? ఎంత సిగ్గుచేటు...?" అని చీదరించుకున్నారాయన.

"ఫిల్టర్ చేయాలంటే ఇంతకన్నా మార్గం కనిపించలేదు" అన్నారు. "అలా మాట్లాడడానికి సిగ్గులేదూ ..? విద్యార్థులు మీకు అంత చులకన అయిపోయారా? ఇలాంటి ప్రశ్నలు ఇస్తే వారి మీద ఎంత ఒత్తిడి పెరుగుతుందో ఒకసారి ఆలోచించండి. నిజం చెప్పాలంటే మన దేశ విద్యార్థులు చాలా మంచివారు. పేపరు టఫ్ గా ఇస్తే సమయం సరిపోలేదని అనుకుంటారే తప్ప సిలబస్లో లేని ప్రశ్నలు ఇచ్చారని భావించనే భావించరు. సరిగ్గా ప్రిపేర్ కాకపోవడం వలన మనం చేయలేకపోయాం. ఇది తమ తప్పే అనుకుంటారు కానీ తాము చీట్ చేయబడుతున్నామని అస్సలు అనుకోరు.

ఈ ప్రశ్నా పత్రాన్ని పొరుగు ఖండం లోని వారు విశ్లేషించారు తప్ప ,మనదేశంలోని ప్రొఫెసర్లకు చీమ కుట్టినట్లు అయినా లేదు. అమాయక విద్యార్థులపై ఇంతటి కఠినమైన పేపర్ రుద్దామన్న కనీస స్పందన లేదు. ఎవరూ వ్యతిరేకించనూ లేదు. అదే మన దౌర్భాగ్యం. మనం ఇలా చేసినందుకు మనపై కోర్టుకెళ్లే అధికారం ఉంటుంది వారికి. కానీ వాళ్ళు అలా చేయలేదు. చెప్పేవాడికి వినేవాడు లోకువ అన్నట్లుగా పరీక్ష పేపర్ సెట్ చేసే వాడికి రాసేవాడు లోకువ. లేకుంటే ఇలాంటి చెత్త పేపరు సెట్ చేసి ప్రపంచ దేశాల దృష్టి మన దేశంపై పడేలా చేసి ఉండేవారు కాదు. అసలు మిమ్మల్ని ముందు ప్రాసిక్యూట్ చేయాలి. ఈ పేపర్ తీసుకెళ్లి మీ కొడుకులు, కూతుళ్లకి ఇవ్వండి. ఎంతవరకు చేయగలరో చూడండి. మహా మేధావులైన మీరే గంటలో సగం పేపర్ చేయలేకపోయారు. విద్యార్థులను తీవ్రమైన మానసిక ఒత్తిడికి గురి చేసే హక్కు మీకు లేదు" అంటూ ఒక పేపర్ వారికి అందిస్తూ "ఇదిగో ఈ సూసైడ్ నోట్ చూడండి అని మూడు కాపీలు ముగ్గురి కి అందించారాయన.

గణితశాస్త్ర ప్రొఫెసర్ని ఉద్దేశిస్తూ "అది మీ మేనల్లుడు అతని తల్లిదండ్రులకు రాసిన సూసైడ్ నోట్. చదవండి, చదివితే అందులో ఏముందో మీకే తెలుస్తుంది. మ్యాథ్స్ ప్రొఫెసర్

ఆ లెటర్‌ని ఆత్రంగా అందుకుని చదనారంభించాడు. అది అతని మేనల్లుడు కార్తీక్ స్వయంగా రాసింది. "అమ్మానాన్నలకు నమస్కారాలు! మొదటి నుండి అంటే నేను పుట్టిన దగ్గర నుండి నేను ఐఐటియన్ అనిపించుకుంటే చూడాలని ఉంది అనేవారు. దానికోసం నాకు చిన్నతనం నుండే ఇంటర్నేషనల్ టెక్నో స్కూల్ నందు ఐఐటి ఫౌండేషన్ కోర్స్ నేర్పే విధంగా నన్ను జాయిన్ చేశారు. నేను కూడా మీ కోరిక మేరకు బాగా చదువుతూ ఎప్పుడు ప్రథమ స్థాయిలోనే పాస్ అవుతూ మొదటి పది ర్యాంకులలోనే ఉండేవాడిని. అలా అన్ని తరగతులూ పాస్ అవుతూ ఇంటర్ లో కూడా మంచి ఇన్‌స్టిట్యూట్లో కోచింగ్ తీసుకుని ఐఐటీలో సీటు సంపాదించాను. అయితే ఈ సీటు సాధించడానికే నా శక్తినంతా ధారపోశాను. కానీ సీటు సాధించడంతో అయిపోలేదు. క్యాంపస్ లోకి అడుగుపెట్టాక తెలిసింది నేను సాధించింది రవ్వంత, సాధించవలసింది కొండంత అని. ఈ ఐఐటీలో ఇంజనీరింగ్ చదవడం పెద్ద టాస్క్. నాకు కంప్యూటర్స్ విభాగం అంటే ఇష్టం. కానీ నాకు ఇన్‌స్ట్రుమెంటేషన్ విభాగంలో సీటు వచ్చింది. నాకు ఈ సబ్జెక్టులో ఇంటరెస్ట్ లేదు. కానీ చదవాలి. నేను చదవలేక పోతున్నాను. బలవంతంగా చదవడం ఎలా సాధ్యపడుతుంది? ఇష్టం లేని సబ్జెక్టు. ఈ సబ్జెక్టు చదవడం నా శక్తికి మించింది. ఇష్టం లేని సబ్జెక్టును బలవంతంగా మాత్రం ఎలా చదువుతాం? అందుకని ఈ సబ్జెక్టుకు నేను పనికి రాను. నన్ను క్షమించండి. మీ ఆశల్ని కలల్ని నిజం చేయలేకపోతున్నాను.

"నాలాంటి అసమర్థుడు మీకు కొడుకుగా పుట్టినందుకు నేను సిగ్గుపడుతున్నాను. మళ్లీ జన్మంటూ ఉంటే మీ ఆశల్ని కోరికల్ని నెరవేర్చే కొడుకుగా పుట్టాలని ఆ దేవుడ్ని ప్రార్థిస్తూ మీ నుండి, ఈ లోకం నుండి సెలవు తీసుకుంటున్నాను. దీనిలో మీ తప్పేం లేదు. మీరు నన్ను ఎంతో చక్కగా చూసుకున్నారు. కానీ నేనే మీ అంచనాలకు తగినట్టుగా నా విధి నిర్వహించలేక పోయాను. దీనికంతటికీ నా అసమర్థతే గానీ వారెవరూ కారణం కాదు... సెలవు..!"

ఆ ఉత్తరం చూసి ఖిన్నుడయ్యాడు ప్రొఫెసర్. మేనల్లుడు చాలా తెలివైనవాడు. తన సలహా మీద అతను ఐఐటీలో జాయిన్ చేశారు. కానీ కడుపునొప్పి భరించలేక ఆత్మహత్య చేసుకున్నాడని కాలేజీ వాళ్ళు చెప్పారు. అసలు కారణం ఇదన్న మాట. 'రేపు మన కాలేజీ విద్యార్థులతో ఒక సమావేశం ఏర్పాటు చేస్తున్నాను. దానికి వారి తల్లిదండ్రులను కూడా ఆహ్వానిస్తున్నాను. అందరితో ఒక ఇంటరాక్షన్. ఒకరి అభిప్రాయాలు మరొకటి పంచుకోవడానికి. ఈ వీడియో వెలువడిన నేపథ్యంలో... ఐఐటీలో కూడా బలవన్మరణాలు

జరుగుతున్న సందర్భంలో కూడా ఈ సమావేశం ఒక ప్రత్యేకతను సంతరించుకోనుంది. మీరు కూడా పాల్గొని వారి సందేహాలను తీర్చవలసి ఉంటుంది. ఇక మీరు వెళ్ళొచ్చు." అన్నారు. ఆయన చెప్పినట్లే మర్నాడు ఆ కాలేజ్ క్యాంపస్ లో ఉన్న ఓపెన్ ఆడిటోరియంలో పెద్ద ఎత్తున బహిరంగ సభ ఏర్పాటు చేశారు. విద్యార్థులు, లెక్చరర్లు, ప్రొఫెసర్లు, విద్యార్థులు, వారి తల్లిదండ్రులు అందరిని ఆహ్వానించి ఆ మీటింగ్ లో పాల్గొనే లా చేశారు. ప్రొఫెసర్లు, తల్లిదండ్రులు వారి అభిప్రాయాలు చెప్పాక విద్యార్థులు మాట్లాడారు. అందరి లోకి తెలివైన విద్యార్థి అయిన శర్వానంద్ లేచాడు.

"నిజమే... మా ముందు మాట్లాడిన తల్లిదండ్రులు వారి అభిప్రాయాల్ని చెప్పారు. మంచిదే. మా పిల్లలకు మంచి భవిష్యత్తు ఉండాలని, సంఘంలో గౌరవంగా బ్రతకాలని, విదేశాలు వెళ్లి బాగా డబ్బు సంపాదించాలని, 'మా కొడుకు లేదా కూతురు ఐఐటీలో చదివారు' అని గర్వంగా చెప్పుకోవడానికనీ ఇలా ఎవరి అభిప్రాయాలు వారు తెలియజేశారు. వారికి మా పాదాభివందనం చేసుకుంటున్నాం..!

ఒక విద్యార్థి యొక్క ప్రతిభకు కొలమానం ఒక ఐఐటీ లోనో లేదా ఒక ఎంబిబిఎస్ సీటు సాధించడమో అయిపోయింది. లోకంలో ఇంజనీరింగ్ లేదా డాక్టర్ వృత్తి. ఈ రెండు వృత్తులే తప్ప మరే వృత్తిలో స్థిరపడినా వాళ్లను చాలా తక్కువగా చులకనగా చూడడం పరిపాటి అయిపోయింది.

చిన్నతనం నుండే తల్లిదండ్రులు తమ పిల్లలకు ఉగ్గు పాలతో నూరి పోస్తున్నట్టు గా నూరి పోస్తున్నారు ఐఐటి గురించి. ఐఐటి అంటే గంగ వెర్రులు ఎత్తిపోతున్నారు. ఎల్ కేజీ నుండే ఐఐటి ఫౌండేషన్ కోర్సు అనీ, ఇంటర్నేషనల్ టెక్నో స్కూల్స్ అని, కాన్సెప్ట్ స్కూల్స్ అనీ రకరకాల పేర్లతో పుట్టుకొస్తున్న పాఠశాలల్లో జాయిన్ చేసి లక్షలకు లక్షలు ఫీజుల క్రింద తగలేస్తున్నారు. తమ ముక్కు పచ్చలారని పిల్లల్ని పసితనం లోనే బలి పశువులను చేస్తున్నారు. తల్లిదండ్రులే పిల్లల యొక్క లక్ష్యాన్ని నిర్దేశిస్తున్నారు. ఇదంతా కేవలం నలుగురిలో గొప్ప కోసం..! 'నా కొడుకుకి ఐఐటీలో సీటు వచ్చింది', 'నా కూతుర్ని డాక్టర్ను చేస్తున్నాను' అని అందరి ముందు గొప్పలు పోవడం కోసం.

నిజంగానే కష్టపడి, ఇష్టపడి చదివి సీటు తెచ్చుకోవాలనే తపన పిల్లవాడిలో ఉంటే పర్వాలేదు, అతని ప్రోత్సహించవచ్చు. కానీ బలవంతంగా అతని పైన" నువ్వు ఎలాగైనా సీట్ తెచ్చుకో, లేకుంటే నీ చదువే వేస్ట్.." అని రుద్దడం అన్యాయం... అమానుషం. వాళ్ళకు ఏ రంగంలో అభిరుచి ఉందో ఆ రంగంలోకి పంపిస్తే ఉజ్వలంగా వెలుగుతారు. అలా కాదు

నువ్వు ఐఐటీలోనే చదవాలి అని బలవంతంగా ఆ రొంపి లోకి దింపితే తమ నూరేళ్ల జీవితాన్ని మట్టిలో కలిపేసుకుంటున్నారు. మన మేథ్స్ ప్రొఫెసర్ జయదేవ్ గారి మేనల్లుడు లాగా.

తల్లిదండ్రులు చాలా తేలిగ్గా చెప్పేస్తున్నారు తమ పిల్లలతో, నువ్వు ఐఐటి సీటు తెచ్చుకో... ఇంక నీకు తిరుగులేదు అని. అదెంత కష్టమో, ఎంత దారుణంగా చదవాలో వారికి తెలియదు. ఇంతా చదివితే ఆ పరీక్ష పేపర్ ని మామూలుగా సెట్ చేయడం లేదు. సిలబస్ లో లేని ప్రశ్నిలిచ్చేసి విద్యార్థుల్ని మానసికమైన ఒత్తిడికి గురి చేస్తున్నారు. మొన్న ఇచ్చిన లాంటి పేపర్ ఇస్తే జర్మన్ శాస్త్రవేత్త ఐన్ స్టీన్, మన భారతదేశ గణిత మేధావి రామానుజన్లు బతికి వచ్చినా గడియారంతో పోటీ పడుతూ రాయలేని భయంకరమైన పరీక్ష అది.

ఆ పరీక్షలో ఉన్న టఫ్ నెస్, డిఫికల్టీ తల్లిదండ్రులకు అర్థం కాదు. పిల్లల్ని అర్థం చేసుకోరు. ఎలాగైనా సీటు సంపాదించేయాలని, మంచిగా చదివి అమెరికా పోవాలి డాలర్లు సంపాదించి వారి నెత్తిన పొయ్యాలి. ధనవంతులుగా మారిపోవాలి. కోట్లకు పడగలెత్తి నలుగురిలో గొప్పలు పోవాలి. ఎంతసేపు స్వార్థం.

వికృత పోకడల్ని నేర్పే వింత చదువులు మాకొద్దు. ఇలాంటి చదువులు మాకొద్దు...

అసలు మన విద్యా వ్యవస్థలోనే లోపం ఉంది. అందుకని ఇటువంటి విద్యా వ్యవస్థను బహిష్కరించాలి. విలువలు నేర్పని విద్యావ్యవస్థను మనం అంగీకరించకూడదు.

ఈ విద్యా విధానం మారాలి. ఫిన్లాండ్ తరహా విద్యా విధానాన్ని ప్రవేశపెట్టాలి. అక్కడ ఇది చదువు అది చదువు అని బలవంత పెట్టడం ఉండదు. నైతిక విలువలను పాటించే విద్యను, ఒత్తిడి లేని చదువును అక్కడ నేర్పుతారు.

చిక్కుముడి

సౌజన్య రామకృష్ణ

హాస్పిటల్ లో ఉన్నఐ. సీ.యూ లో క్రిటికల్ కండిషన్ లో ఉన్నాడు చరణ్. ఐ.సీ యూ బయట అతని తల్లి, తండ్రి,నానమ్మ,చెల్లె కాకుండా అతని క్లోజ్ ఫ్రెండ్స్ అతని ఆరోగ్య పరిస్థితి ఎలా ఉంది? అనేది తెలుసుకోవాలి అని అనుకుంటున్నారు.

“మనమేం పాపం చేశామండి? మన చరణ్ ఇలా ఎందుకు చేశాడు? “అని ఏడుస్తూ అన్నది లక్ష్మి.

“తప్పు చరణ్ ది కాదు. వాడి చుట్టూ ఉన్న స్నేహితులది. వారి మాటలు వినడం వల్లనే చరణ్ తన ప్రాణాలకే ప్రమాదం కొని తెచ్చుకున్నాడు”అని అన్నాడు.

“మీరన్నది కరెక్టేనండి, పిల్లలకి 13 వ ఏడు మొదలైన తర్వాత వారి హార్మోన్స్ లో ఎన్నో చేంజెస్ వస్తాయి. 19 ఏళ్ల వరకు ఆ చేంజ్ కనబడుతూనే ఉంటుంది.”

“ఇంటర్ వరకూ వాడు మంచి మార్కులు తెచ్చుకొని టాపర్ గానే ఉన్నా.. ఇంజనీరింగ్ కి వచ్చేసరికి వాడిలో ఏదో మార్పు కనపడింది.”

“బహుశా తొందరగా ఎదగాలి అనే ఆరాటం వాడికి వచ్చి ఉండొచ్చు. అమ్మాయిలే అందం కోసం పరితపిస్తారు అని నేను అనుకునే దాన్ని.”

“మన చరిత అద్దం ముందు నుంచుంటే ఎక్కడ తను అందం గురించి ఆలోచించి చదువుని నిర్లక్ష్యం చేస్తుందేమో అని ఆలోచించే దాన్ని.”

“కానీ చరిత తన అందం గురించి ఎప్పుడూ ఆలోచించలేదు. అందరూ గుర్తించాలి అని ఎప్పుడూ తపించలేదు.”

“మన చరణ్ కొత్త స్నేహితుల కోసం అన్వేషించి, కొత్త సంబంధాలను పెంచుకొని ఇదిగో ఇలా ప్రాణం మీదకి తెచ్చుకున్నాడు” అని ఏడుస్తూ ఉండిపోయింది.

★★★

చిక్కుముడి

"చూడండి సర్. మీ అబ్బాయి గురించి ఏం చెప్పాలో మాకు అర్థం కావట్లేదు. ఇంకో 24 గంటలు గడిస్తే గాని అతను బ్రతుకుతాడా లేదా అనే విషయం మేము చెప్పలేము. ఈ కాలంలో పిల్లలు సోషల్ మీడియా కి ఎడిక్ట్ అయ్యి, ఫాల్స్ న్యూస్ ని నమ్మి ఇదిగో మీ పిల్లాడిలా ప్రాణాల మీదకి తెచ్చుకుంటున్నారు".

"జీవితాన్ని ఉన్నది ఉన్నట్టుగా జీవిస్తే, చిక్కుముడులు లేకుండా హాయిగా జీవించొచ్చు అనే విషయాన్ని వాళ్లు మర్చిపోతున్నారు. ఈ ఏడాదిలో ఇలా తమ జీవితం గురించి ఆలోచించకుండా తప్పు నిర్ణయం తీసుకొని ప్రాణాల మీదకి తెచ్చుకున్న కేసెస్ లో ఇది మూడవది"అని చెప్పారు డాక్టర్.

"సర్, దీనికి కారణం సోషల్ మీడియానే అంటూ ఉంటే నేను మా వాడికి అడిగిన వెంటనే ఐఫోన్ ఎందుకు ఇచ్చాను అని బాధపడుతున్నాను" అన్నారు చరణ్ తండ్రి ప్రకాష్.

"సర్, ఫోన్ ఉన్న ప్రతి ఒక్కరూ ఇలా చేయట్లేదు కదా? కాలంలోని మార్పు మనమే కాదు పిల్లలు కూడా మారేలా చేసింది అనడంలో సందేహం లేదు. కానీ ఏది మంచి, ఏది చెడు అనే విచక్షణ లేకుండా జీవితాన్ని చిక్కుముడి గా మార్చుకుంటూ వెళ్లడం ఎంతవరకు కరెక్టు? మీరే చెప్పండి అన్నారు డాక్టర్.

"మీరన్నది కరెక్టే సర్. బాబు తన ఫ్రెండ్స్ అన్న మాటలని సీరియస్ గా తీసుకుంటాడని అస్సలు అనుకోలేదు. తొందరగా ఎదగాలి అనే ఆరాటం బహుశా ఈ నిర్ణయానికి వచ్చేలా చేసిందేమో అని అనిపిస్తోంది".

"కానీ దీనివల్ల వాడి ప్రాణానికే ప్రమాదం అవుతుందని వాడు గుర్తించలేకపోయాడు. తల్లితండ్రులుగా మేమెంత క్షోభ ని అనుభవిస్తున్నామో మాటల్లో చెప్పలేము"అని అన్నారు ప్రకాష్ కళ్ళు తుడుచుకుంటూ.

"అవును సర్. ప్రతిదీ కమర్షియల్ గా మారిన ఈ కాలంలో ఏది నిజం, ఏది అబద్ధం, ఏది మంచి, ఏది చెడు అనేది తెలియకుండా, ఆలోచించకుండా మైండ్ లోకి వచ్చింది కాబట్టి చేసుకుంటూ వెళ్లిపోవాలి అనే ఆలోచన చేస్తున్నారు కొందరు యువత".

"దానివల్ల వచ్చే సమస్యలను వాళ్లు తీసుకోలేకపోతున్నారు. చరణ్ కంటే ముందర నా దగ్గరకి ఒక కేసు వచ్చింది. ఆ బాబు వయసు 17 సంవత్సరాలు. రిచ్ ఫ్యామిలీ. అమ్మా నాన్నకి ఒక్కగానొక్క కొడుకు".

"ఇంజనీరింగ్ లో చేరిన తర్వాత ఆ అబ్బాయి ఆలోచించే విధానం అంతా మారిపోయింది. బీటెక్ మొదటి ఏడాదిలో ఉన్నప్పుడే కాలేజ్ లో మందు స్మోకింగ్ మరియు డ్రగ్స్ తీసుకొని కాలేజ్ నుంచి నెలపాటు డిబార్ అయ్యాడు."

"కొడుకు మీద తండ్రికి ఉన్న ప్రేమ వల్ల కాలేజీ ప్రిన్సిపాల్ ని బ్రతిమిలాడి కొన్ని డబ్బులు ఇచ్చి కొడుకు మళ్లీ కాలేజీకి వెళ్ళేలా పర్మిషన్ తీసుకున్నాడు. అయినా వాడు మారలేదు".

"సెకండ్ ఇయర్ లో కార్ నేర్చుకొని, కొత్త కార్ కొనుక్కొని దానిలో కాలేజీకి వచ్చేవాడు. తనని అందరూ గుర్తించాలనే తపన వాడిలో ఎప్పుడూ ఉండేది. కొత్త ఫ్రెండ్స్ తో పబ్ కి వెళ్ళడం పార్టీలు చేసుకోవడం అలవాటుగా మారింది".

"తల్లిదండ్రుల ప్రేమని అర్థం చేసుకోకుండా... ఇంకేదో కావాలి అని అన్వేషించడం మొదలుపెట్టాడు. అలా ఒకరోజు కార్ తీసుకొని ఇద్దరు స్నేహితులతో కలిసి లాంగ్ డ్రైవ్ కి వెళ్ళాడు".

"అప్పటికే డ్రైవింగ్ లైసెన్స్ రాలేదు. కేవలం లెర్నింగ్ లైసెన్స్ మాత్రమే ఉంది. అయినా కూడా లెక్క చేయకుండా వెళ్లి తన ప్రాణంతో పాటు తన ఫ్రెండ్స్ ప్రాణాలని కూడా గాల్లో కలిపేశాడు".

"ఇప్పటికీ అతని తల్లిదండ్రులకి కొడుకు చనిపోయాడు అనే విషయం నమ్మరు. దానికి కారణం వాడు చనిపోయినప్పుడు వాళ్లు ఒక రకమైన షాక్ కి గురయ్యారు. కొడుకు చనిపోయాడు అనే మాటని వాళ్లు తీసుకోలేకపోయారు"అని చెప్పారు డాక్టర్ సిద్దు.

"మీరు చెప్పిన అబ్బాయి కథలాగే రేపు నా కొడుకు కథ కూడా మారేలా ఉంది కదా డాక్టర్!" అని అడిగారు ప్రకాష్.

"చూడండి సర్. చెప్పాను కదా ఇంకొక 24 గంటలు ఏ విషయం చెప్పలేమని. మీ అబ్బాయి అందం కోసం, అందరూ గుర్తించాలి అనే తపన ఇంత పెద్ద నిర్ణయానికి కారణమయ్యింది".

"అసలు ఎత్తు పెరగడానికి ఎనర్జీ డ్రింక్స్ తాగడం చూశాను. కానీ మీ అబ్బాయి ఏకంగా తన ఫ్రెండ్ చూపించిన ఒక క్లినిక్ కి వెళ్లి... ఎత్తు పెరగడం కోసం అంత పెద్ద నిర్ణయం తీసుకోవాలి అంటే, అలా ఎలా నమ్మేశాడో నాకు ఇప్పటికీ అర్థం కావట్లేదు".

"దీనికోసం అతడికి డబ్బులు ఎలా వచ్చాయి అనేది ఇప్పటికీ ఆశ్చర్యంగానే ఉంది" అని అన్నారు డాక్టర్.

"సర్... మా చరణ్ ని మభ్యపెట్టి వాడి కిడ్నీ ఒకటి తీసుకుని ఎత్తు పెరగటానికి కాళ్ల దగ్గర సర్జరీ చేశారు. కానీ అది సక్సెస్ కాలేక ఇలా ప్రాణాపాయ స్థితికి వెళ్లిపోయాడు"అని చెప్పారు ప్రకాష్.

"ఎస్. దీనంతటికీ కారణం, అతని ఆలోచన విధానం. ఎత్తు తక్కువగా ఉన్నాడు కాబట్టి అందరూ అతనిని పొట్టి అని పిలిచేవాళ్ళు. దానివల్ల ఏదో తెలియని బాధ వెంటాడింది. అందంగా కనిపించాలి, హైట్ గా కనిపించాలి ఆలోచన. తన ఉనికి అందరికీ తెలియాలి. కాని ఎలా అని అన్వేషించడం మొదలు పెట్టి... కొత్త వారితో సంబంధాలు పెంచుకొని... ఇదిగో ఇప్పుడు బ్రతకడానికి పోరాడుతున్నాడు" అని చెప్పారు డాక్టర్ సిద్ధు.

డాక్టర్ మాట విన్న ప్రకాష్ ఏమీ మాట్లాడకుండా మౌనంగా రోదిస్తూ ఉన్నారు. ఇంతలో నర్స్ పరుగున వచ్చి...

"సర్ ... చరణ్ కి హార్ట్ స్ట్రోక్ వచ్చింది. ఒకసారి మీరు అర్జెంట్ గా రావాలి"అని చెప్పింది.

ఆ మాట విన్న డాక్టర్ పరుగున చరణ్ దగ్గరికి వెళ్ళాడు. ఎత్తు పెరగడానికి సర్జరీ చేయించుకుందామని అనుకుంటే అది వికటించేసరికి అన్ కాన్షియస్ అయిపోయాడు చరణ్. దానికి తోడు ఒక కిడ్నీ ని హాస్పటల్ వాళ్ళు తీసేసుకున్నారు. ఇంకొక కిడ్నీలో ఏదో సమస్య ఉంది. అది ఈ కిడ్నీ తీసిన తర్వాత బయటపడింది.

ఈ విషయం పేరెంట్స్ కి తెలిసి ఇంకో హాస్పిటల్ కి తీసుకువచ్చారు. ఐసీయూ లో ఉండి ప్రాణం కోసం పోరాడుతూ ఉంటే... అతనికి స్ట్రోక్ రావడం వల్ల అతని ప్రాణం మీద భరోసా లేకుండా అయిపోయింది.

ఐసీయూ బయట అందరూ చరణ్ కి ఏమి కావొద్దు అని ప్రార్థిస్తున్నారు.

డాక్టర్ సిద్ధు పావుగంట తరువాత బయటకి వచ్చి.. "వి ఆర్ రియల్లీ సారీ. మేము బ్రతికించాలి అనుకున్నాము. కాని...మీ అబ్బాయి హార్ట్ స్ట్రోక్ తో చనిపోయాడు" అని చెప్పారు.

టీనేజ్ అనేది ఒక కీలక సమయం అని తెలియక.. తొందరగా ఎదగాలి అని ఆరాటపడి...పొట్టిగా ఉన్నందుకు తనని ఎవరు గుర్తించలేదు అని తపన పడి.. అందమైన జీవితాన్ని చిక్కుముడి చేసుకొని అందంగా కనిపించాలి, అందగాడిగా మారి అందరిముందూ తిరగాలి అని ఆలోచించి.. ఎవరు అందంగా మార్చగలరు అని... అన్వేషించి కొత్త సంబంధాలను ఏర్పరచుకొని.. తన జీవితాన్ని కోల్పోయాడు చరణ్.

డాక్టర్ మాటలు విన్న అందరూ.. రోదిస్తూ ఉండిపోయారు..!!

నిరంతరం

బి. వంశీ మిత్ర

ఒక రోజు గోపి వంశీకి ఫోన్ చేసి, "నెక్స్ట్ వీక్ ఇక్కడికి వస్తున్నావు కదా! నేను నీకు పార్టీ ఇవ్వాలనుకుంటున్నాను రెడీగా ఉండు. కారణం ఏంటో తర్వాత చెప్తాలే" అని చెప్పి హడావిడిగా ఫోన్ పెట్టేసాడు గోపి.

అప్పుడు వంశీ 'వీడు ఏం సాధించాడని పార్టీ ఇస్తున్నాడు! జాబ్ ఏమైనా వచ్చిందేమో!' అనుకొని ఇంటర్వ్యూకి బయలుదేరాడు. ఆటోలో వెళ్తూ వాళ్ల మధ్య ఉన్న ఆరు సంవత్సరాల స్నేహాన్ని గుర్తు చేసుకున్నాడు వంశీ.

బీటెక్ పూర్తయిన తర్వాత వీళ్ళిద్దరూ హైదరాబాద్ కి వెళ్లి సాఫ్ట్వేర్ కి సంబంధించిన కోర్సు తీసుకుని, జాబ్ కోసం ప్రయత్నించారు కానీ, జాబు రాలేదు. ఎన్నో ప్రయత్నాల తర్వాత అలసిపోయి, గోపి గవర్నమెంట్ జాబ్ తెచ్చుకోవడం కోసం ఎగ్జామ్స్ రాయడం మొదలుపెట్టాడు. కానీ అవి కూడా వర్కౌట్ కాలేదు. అందుకే మళ్ళీ సాఫ్ట్వేర్ జాబ్ కోసం ప్రయత్నిస్తున్నాడు. వంశీ కూడా సినిమా రంగం వైపు వెళ్లి, అక్కడ నిలదొక్కుకోలేక సంవత్సరం తర్వాత, మళ్లీ సాఫ్ట్వేర్ జాబ్ కోసం ప్రయత్నాలు మొదలుపెట్టాడు.

గోపి త్వరగా సెటిల్ అవ్వాలి, జీవితంలో వేగంగా ఎదగాలి అనే మెంటాలిటీ కలవాడు. కానీ తాను తొందర పడే కొద్దీ జాబ్ తెచ్చుకోవడం లేట్ అవుతూ వచ్చింది. గోపి ఒక ఇంటర్వ్యూకి వెళ్ళినప్పుడు, దివ్య అనే అమ్మాయి పరిచయం అయ్యి, ఆ పరిచయం కాస్త ప్రేమకు దారి తీసింది.

★★★

ఎప్పట్లాగే ఒక రోజు గోపి ఇంటర్వ్యూకి వెళ్ళాడు. వాళ్లు ఫస్ట్ రౌండ్లో జస్ట్ తన గురించి అడిగి సెలెక్ట్ అయ్యావని చెప్పారు. గోపి చాలా సంతోషపడ్డాడు. సెకండ్ రౌండ్లో చిన్న చిన్న ప్రశ్నలు అడిగి, ఈ రౌండ్లో కూడా మీరు క్వాలిఫై అయ్యారు, మీరు జాబ్ కి సెలెక్ట్

అయ్యారని చెప్పారు. దాంతో పాటు ఒక మెలిక కూడా పెట్టారు. అప్పుడు వెంటనే గోపి వంశీకి కాల్ చేసి, "నాకు జాబ్ వచ్చింది. కాకపోతే ముందుగా 20,000 రూపాయలు కట్టమంటున్నారు" అన్నాడు.

"నువ్వు డబ్బులు కట్టొద్దు. ఏ కంపెనీ కూడా మనల్ని డబ్బు కట్టమని అడగదు. డబ్బులు అడిగారంటే కచ్చితంగా అది ఫ్రాడ్ కంపెనీ అయ్యుంటుంది. ఇంతకీ నిన్ను ఇంటర్వ్యూలో ఏం ప్రశ్నలు అడిగారు?" అని అడిగాడు వంశీ. "జస్ట్ నా గురించి కొన్ని జనరల్ క్వశ్చన్స్ అడిగారంతే!" చెప్పాడు గోపి.

"జనరల్ క్వశ్చన్స్ అడిగి, నీకు 20,000 జీతం ఇస్తామన్నారు అంటే, అది కచ్చితంగా ఫేక్ అయి ఉంటుంది. ఇక వాళ్ల కాల్స్ కి స్పందించకు. నాకు పని ఉంది మళ్లీ మాట్లాడదాం" అని ఫోన్ పెట్టేసాడు వంశీ. రెండు రోజుల తర్వాత గోపి వంశీకి ఫోన్ చేసి, "నువ్వు చెప్పింది నిజమే! నేను అనవసరంగా ఇంట్లో వాళ్ళ దగ్గర డబ్బులు అడిగి మరి వాళ్లకి కట్టాను. ఇప్పుడు ఆ కంపెనీ వాళ్ళని ఫోన్ చేసి అడుగుతుంటే... ఇంకొక 20,000 కడితేనే ట్రైనింగ్ ఇస్తాము అంటున్నారు. నీ మాట వినకుండా చాలా తప్పు చేశాను. ఇంట్లో వాళ్ళ దగ్గర డబ్బులు లేకపోయినా పక్కింట్లో తీసుకొని మరి ఇచ్చారు. త్వరగా జాబ్ వస్తుంది, పైగా జీతం కూడా బాగానే ఉంది అని ఆశపడ్డాను. కానీ ఇలా జరుగుతుందనుకోలేదు" బాధపడుతూ చెప్పాడు గోపి.

"ఇంతకు ముందు కూడా ఇలాగే వేరే ఫ్రాడ్ కంపెనీకి 5000 రూపాయలు కట్టావు, మోసపోయావ్. అయినా సరే వీళ్లు ఇప్పుడు డబ్బులు కట్టమంటే...నేను వద్దంటున్నా వినకుండా, 20,000 రూపాయలు పోగొట్టుకున్నావు. ఇక పోగొట్టుకున్నది చాలు. ఇలాంటి ఫ్రాడ్ కంపెనీల వలలో పడకుండా జాగ్రత్తగా ఉండు" అని హెచ్చరించాడు వంశీ. "జ్ఞానోదయం అయింది రా బాబు! ఇక పోగొట్టుకోను" అని ఎంతో కాన్ఫిడెంట్గా చెప్పాడు గోపి.

వంశీ హైదరాబాద్ నుంచి బెంగళూరు వెళ్లి, జాబ్ కోసం తిరుగుతున్నాడు. గోపి హైదరాబాద్ లోనే ఉండేవాడు. గోపికి డబ్బులు పంపించడం ఇంట్లో వాళ్లకి కష్టం అయ్యేది. హాస్టల్ అయితే రెంట్ ఎక్కువ అవుతుందని, ఇద్దరు ఫ్రెండ్స్ తో కలిసి ఒక చిన్న రూమ్ అద్దెకి తీసుకున్నాడు. గోపి అప్పుడప్పుడు ఇంటర్వ్యూలకు అటెండ్ అవుతూ, మిగిలిన రోజుల్లో రోజంతా దివ్యతో ఫోన్లో మాట్లాడుతూ గడిపేసేవాడు. ఒక రోజు దివ్య అవసరానికి గోపిని 5000 రూపాయలు అడిగింది. గోపి తన దగ్గర లేవని చెప్పాడు. దివ్య సరేలే అని ఫోన్

పెట్టేసింది. 'ప్రేమించిన అమ్మాయి అడిగితే కనీసం 5000 కూడా ఇవ్వలేకపోయాను. ఎందుకు ఈ జీవితం వేస్ట్' అనుకుంటూ నిరాశలో కూరుకు పోయాడు.

రూమ్ లో కూర్చుని ఇలా ఆలోచిస్తూ ఉండగా హౌస్ ఓనర్ వచ్చి, "పది రోజుల నుంచి చెప్తున్నా! ఇంత వరకు మీరు అద్దె చెల్లించలేదు. ఇంకా ఎన్ని రోజులు తిప్పుకుంటారు?" అడిగింది గోపిని కోపంగా.

"ఇంకో రెండు రోజుల్లో ఇచ్చేస్తామండి" అన్నాడు గోపి బ్రతిమాలుతున్నట్టుగా. ఓనర్ తిట్టుకుంటూ వెళ్ళిపోయింది.

ఆ రూమ్ లో ఉండే మిగతా ఇద్దరు స్నేహితులు కూడా నిరుద్యోగులే. ఇంటర్వ్యూలకనీ ఉదయమనగా వెళ్ళిపోయి, రాత్రికి గాని రారు. 'ఓనర్ తిట్లు వీళ్ళు బాగానే తప్పించుకుంటున్నారు. నేనే మధ్యలో బుక్ అవుతున్నాను. ఒక పక్క ఇంట్లో వాళ్ళు ఫోన్ చేసి, జాబ్ వచ్చిందా? రాలేదా? త్వరగా జాబ్ తెచ్చుకో...మన ఇంట్లో పరిస్థితి అసలే బాలేదని అంటున్నారు. అలాగే కొంతమంది ఫ్రెండ్స్ ఫోన్ చేసి జాబ్ వచ్చిందా లేదా? ఇంకా రాకపోవడం ఏమిటి? అని వాళ్లు షంటుతున్నారు. డబ్బు లేకపోతే గౌరవం, ప్రేమ, విలువ అసలు ఏమీ ఉండవు. ఎలాగైనా సరే డబ్బు సంపాదించాలి, ఆ డబ్బు జాబ్ వల్ల సంపాదిస్తే ఏంటి? వేరే మార్గం వల్ల సంపాదిస్తే ఏంటి?' ఇలా ఆలోచిస్తూ ఉన్నాడు గోపి.

ఈ ఆలోచనలతో అతనికి రాత్రంతా నిద్ర పట్టలేదు. ఎప్పుడో తెల్లవారుజామున పడుకున్నాడు. ఆ తర్వాత రోజు ఉదయం 10 గంటలకు నిద్రమత్తులో ఉన్నప్పుడు గోపికి ఒక కాల్ వచ్చింది. ఆ సమయంలో రూమ్ లో తను ఒక్కడు మాత్రమే ఉన్నాడు. నిద్రమత్తులోనే ఆ కాల్ లిఫ్ట్ చేసి హలో అన్నాడు. అప్పుడు అవతల పక్క నుంచి ఒక అమ్మాయి ఇంగ్లీషులో మాట్లాడడం మొదలు పెట్టింది. "మీకు పార్ట్ టైం జాబ్ ఇంట్రెస్ట్ ఉందా?" అడిగింది. "హా ఇంట్రెస్ట్ ఉంది!" అని చెప్పాడు. "నేను మీకు ఒక మెసేజ్ పెడతాను. ఇంట్రెస్ట్ ఉంటే అది ఓపెన్ చేసి, ఒకసారి చూడండి" అని చెప్పింది మధురమైన గొంతుతో. గోపి వెంటనే ఆ అమ్మాయి పంపించిన మెసేజ్ చూశాడు. దాంట్లో కొన్ని టాస్కులను గోపి అర్థం చేసుకున్నాడు. అదే అమ్మాయి మళ్లీ ఫోన్ చేసి "మీరు టాస్కులు కంప్లీట్ చేస్తే, మీకు మనీ వస్తాయి" అని చెప్పింది. గోపి వెంటనే తన ఫోన్లో కొన్ని రెస్టారెంట్స్ కి వాళ్ళు చెప్పిన విధంగా రేటింగ్స్ ఇవ్వడం మొదలుపెట్టాడు. అలా చేసిన తర్వాత ఆ కంపెనీ వాళ్లు గోపికి 300 రూపాయలు ఆన్లైన్లో పంపించారు. గోపి ఆశ్చర్యపోయాడు.

కేవలం ఇంత చిన్న వర్క్ తో 300 సంపాదించాను. ఇంకొన్ని టాస్కులు చేస్తే ఇంకా ఎక్కువ డబ్బులు వస్తాయని గోపిలో ఆశ అంకురం తొడిగింది. ఆ 300 రూపాయల సంపాదనతో అప్పటివరకు తన మీద ఉన్న ఒత్తిడి దూరం అయినట్టుగా అనిపించింది. కొద్దిసేపటికి వాళ్లు గోపికి ఫోన్ చేసి, "మీరు ఒక వెయ్యి రూపాయలు ఇన్వెస్ట్ చేస్తే...అది డబల్ అవుతుంది" అని ఆశ చూపారు. అప్పుడు తన దగ్గర ఉన్న 700 రూపాయలకు, అంతకు ముందే తనకు వచ్చిన 300 రూపాయలు కలిపి వాళ్ళు చెప్పినట్టుగానే ఒక బ్యాంకు ఎకౌంటుకి పంపించాడు. ఆ ముందు చేసినట్టుగానే కొన్ని రేటింగ్స్ కూడా ఇచ్చాడు. గంట తర్వాత తన అకౌంట్లో 2000 రూపాయలు పడటం చూసి ఆశ్చర్యపోయాడు. ఇలాగే చేసుకుంటూ వెళ్తే బోలెడంత లాభం వస్తుంది, నేను అనుకున్నట్టుగానే త్వరగా డబ్బు సంపాదించగలను అనే నమ్మకం కుదిరింది గోపికి.

ఇంతకముందు తన ఫోన్ కి వచ్చిన పోస్ట్ ని మళ్లీ చూశాడు. దాంట్లో ఎన్ని డబ్బులు పెడితే రిటర్న్ లో ఎంత డబ్బు వస్తుంది అనే ఒక లిస్ట్ మొత్తం చదివాడు. ఆ లిస్టు చూసిన తర్వాత ఎవరైనా సరే టెంప్ట్ అవుతారు. అలా ఉంది ఆ లిస్ట్.

ఉదాహరణకి 5,000 పెట్టుబడి పెడితే పదివేలు వస్తాయి. 10,000 పెట్టుబడి పెడితే 20,000 వస్తాయి. ఇలా డబల్ రిటర్న్స్ వస్తాయని ఉంది. అప్పటివరకు తనకు వచ్చిన డబ్బును చూసి ఇది నిజాయితీ ఉన్న కంపెనీయే అని గోపి నమ్మాడు. ఆ రోజే రూమ్ రెంట్ కట్టమని ఇంట్లో వాళ్ళు పంపించిన 5000 రూపాయలు గోపి వాళ్లకి పంపించాడు. అవి కచ్చితంగా పదివేలు అవుతాయి అనే ధీమాతో అలా చేశాడు.

అంతకుముందు కాల్ చేసిన అమ్మాయి మళ్ళీ ఫోన్ చేసి, "మీరు 5000 కాదు ఇంకో 15,000 అంటే పూర్తిగా 20,000 రూపాయలు పంపిస్తే...మీకు 40 వేలు వస్తాయి ఈ లెవెల్లో. మీరు ఇంత డబ్బు కట్టాల్సిందే, అప్పుడే అది డబల్ అవుతుంది" అని అందమైన గొంతుతో ప్రొఫెషనల్ గా చెప్పింది. గోపి తనకు ఉన్న అత్యాశ వల్ల దాని గురించి పూర్తిగా ఆలోచించకుండా డబ్బులు ఎవరిని అడగాలా అన్న ఆలోచనలో పడ్డాడు.

'ఇంట్లో వాళ్లు, వంశీ అయితే డబ్బులు కచ్చితంగా పంపించరు' అనుకొని ఎవరికి ఫోన్ చేయాలి అని అనుకుంటూ...వెంటనే తన మావయ్యకి ఫోన్ చేసి, "అర్జెంటుగా ఒక 15,000 రూపాయలు పంపించు మావయ్య" అని అడిగాడు. గోపి మీద ఉన్న నమ్మకంతో ఆయన డబ్బులు పంపించాడు.

వెంటనే గోపి ఆ పదిహేను వేలను కూడా వాళ్లకు పంపించాడు. వాళ్లు మీ పని మీదే ఆలోచిస్తున్నాము, పది నిమిషాల తర్వాత మీకు ఒక అప్డేట్ ఇస్తామని చెప్పారు. 20,000 పెట్టాను కాబట్టి దానికి డబల్ అంటే 40,000 వస్తుందని గోపి ఆనందపడ్డాడు. ఇలాగే డబ్బులు సంపాదిస్తే నా కష్టాలన్నీ తీరిపోతాయి...ఆ వెంటనే దివ్యతో పెళ్లి కూడా అవుతుంది. నేను డబ్బున్న వాడిని అవుతాను కాబట్టి వాళ్ళ ఇంట్లో వాళ్ళు కూడా నా కులం వేరు అయినా పెళ్లికి ఒప్పుకుంటారు అనుకున్నాడు.

ఫోన్ తీసి పదే పదే చూడడం మొదలు పెట్టాడు. ఛార్జింగ్ పెడుతూ, తీసేస్తూ కంపెనీ వాళ్ళ మెసేజ్ కోసం ఎదురు చూస్తూ అటు ఇటు తిరుగుతూ ఉన్నాడు. తను పొందబోయే డబ్బుని తలుచుకుని మురిసిపోతూ, వెంటనే ఈ ఆనందాన్ని వంశీతో పంచుకోవాలని ఫోన్ చేసి, “నీకు పార్టీ ఇస్తున్నాను రెడీగా ఉండు” అని చెప్పాడు. రెండు గంటల తర్వాత గోపికి డౌట్ వచ్చింది. ఇంకా డబ్బులు పడలేదు ఏంటి అని కోపం వచ్చింది. వెంటనే వాళ్లకు ఫోన్ చేశాడు. వాళ్లు గోపి ఫోన్ ఎత్తలేదు. వేరే నెంబర్ కి కూడా ఫోన్ చేశాడు. వాళ్లు కూడా లిఫ్ట్ చేయలేదు. గోపికి వాళ్ల మీద అనుమానం పెరిగింది.

కానీ గంట తర్వాత ఆ కంపెనీ వాళ్ళు ఫోన్ చేసి “ఇందాక సిగ్నల్స్ సరిగ్గా లేకపోవడం వల్ల మీ కాల్ ని మేము లిఫ్ట్ చేయలేకపోయాము, మీ డబ్బులు మాకు అందాయి. నేను కన్ఫ్యూజన్ వల్ల పాత స్కీమ్స్ ఉన్న పోస్ట్ పంపించాను. ఇప్పుడు మీరు మాకు ఇంకో పది వేలు పంపిస్తే, మొత్తం కలిపి 60 వేలు మీకు వస్తాయి” అని చెప్పింది.

“ఇవన్నీ నాకు ముందే చెప్పాలి కదా! ఎందుకు చెప్పలేదు? ఇక ఒక్క పైసా కూడా నేను కట్టలేను. ఇప్పటిదాకా నేను కట్టిన 20,000 నాకు ఇచ్చేయండి” అన్నాడు గోపి కాస్త కోపంగా. “మీరు ఇంకో పది వేలు కడితేనే మీ డబ్బులు వెనక్కి వస్తాయి. లేకపోతే లేదు” అని అప్పటిదాకా అందంగా మాట్లాడిన ఆ అమ్మాయి దురుసుగా మాట్లాడి ఫోన్ పెట్టేసింది. గోపికి అప్పుడు అర్థమైంది, అదంతా పెద్ద స్కాం అని. తన ఒళ్లంతా చెమటలు పట్టడం మొదలయ్యాయి. రూమ్ రెంట్ కట్టమని ఓనర్ డోర్ కొట్టడం మొదలుపెట్టింది.

‘ఇంట్లో వాళ్ళు రెంట్ కట్టమని పంపించిన డబ్బులు పోగొట్టుకున్నాను. ఇప్పుడు రెంట్ ఎలా కట్టాలి? మావయ్య ఇచ్చిన 15,000 తిరిగి ఎలా ఇవ్వాలి?’ ఇలా టెన్షన్ పడుతూ ఉన్నాడు. ఈ టెన్షన్ నుండి బయటపడే మార్గం ఒకటి కూడా కనిపించలేదు. ఏం చేయాలో అర్థం కాక మానసికంగా బలహీనమైపోయి, రూమ్ లో కింద పడి ఏడుస్తూనే ఉన్నాడు. చాలాసేపు డోర్ కొట్టి విసుగు వచ్చి ఓనర్ వెళ్ళిపోయింది. చుట్టు పక్కల ఎవరూ

లేరు, అంతా నిశ్శబ్దంగా ఉంది. అలా ఏడుస్తూనే ఉన్నాడు. 'జీవితంలో చాలాసార్లు డబ్బు పోగొట్టుకున్నాను. నా వల్ల ఎవరికి ఉపయోగం లేదు. ఇక ఈ జీవితం వ్యర్థం. సూసైడ్ చేసుకోవడం ఒకటే మార్గం' అనుకుని టవల్ తీసుకుని ఫ్యాన్ కి ముడి వేస్తూ ఉన్నాడు.

సరిగ్గా అదే సమయంలో వంశీ పార్టీ గురించి అడుగుదామని ఫోన్ చేశాడు. గోపి కాల్ లిఫ్ట్ చేసి "హలో చెప్పరా! "అని బాధగా అన్నాడు. "ఏంటి వాయిస్ అలా ఉంది! ఏమైంది? "అడిగాడు వంశీ.

"నేను మళ్ళీ మోసపోయాను. 20,000 రూపాయలు పోగొట్టుకున్నాను. చేసిన అప్పు తీర్చే దారి లేక సూసైడ్ చేసుకుందామనుకున్నాను. ఈ లోగా నువ్వు కాల్ చేసావ్" ఏడుస్తూ జరిగిందంతా చెప్పాడు గోపి. వంశీకి వస్తున్న కోపాన్ని ఆపుకుంటూ, "నువ్వు అలాంటి పనులు చేయొద్దు, నువ్వు పోగొట్టిన 20,000 కంటే నువ్వు చనిపోతేనే మీ ఇంట్లో వాళ్ళు ఎక్కువ బాధపడతారు. నువ్వు మీ మామయ్య దగ్గర డబ్బులు తీసుకున్నావు కాబట్టి కొంతవరకు మంచిది అయింది. ఒకవేళ బయట వడ్డీకి డబ్బులు ఇచ్చే వాళ్ళ దగ్గర తీసుకొని ఉంటే, రోజు నిన్ను చిత్రహింసలు పెట్టేవారు. నువ్వు ఈ చిన్నదానికే సూసైడ్ లాంటి నిర్ణయాలు తీసుకోవద్దు. నీ డబ్బులు తిరిగి వచ్చే మార్గం ఏమైనా ఉందేమో ఆలోచిస్తాను. నువ్వు అంతవరకు ఎలాంటి నిర్ణయాలు తీసుకోవద్దు" అని ధైర్యం చెబుతూ ఒక గంట సేపు మాట్లాడాడు వంశీ.

కొద్దిసేపటి తర్వాత వంశీ మళ్లీ గోపికి ఫోన్ చేసి, "నువ్వేం కంగారు పడొద్దు. అసలు ఇంతకీ నువ్వు పోలీసులకి కంప్లైంట్ ఏమైనా ఇచ్చావా?" అడిగాడు.

"లేదు ఆ ఆలోచన తట్టలేదు నాకు" అన్నాడు గోపి.

"సరే! నాకు తెలిసిన పోలీస్ ఆఫీసర్ ఒక నెంబర్ ఇచ్చారు. ఆ నంబర్ కి కాల్ చేసి జరిగిందంతా చెప్పు" చెప్పాడు వంశీ. అప్పటికే టైం రాత్రి 11 అయింది. అయినా కానీ వంశీ తన ఫ్రెండ్ కోసం, తనకు తెలిసిన పోలీస్ ఆఫీసర్ కి ఫోన్ చేసి మాట్లాడుతూనే ఉన్నాడు.

వంశీ తనకు తెలిసిన మిగతా ఫ్రెండ్స్ కి కూడా గోపి పేరు బయటకు రాకుండా ఈ విషయం గురించి చెప్పి, కొన్ని వివరాలు తెలుసుకున్నాడు. వంశీ ఇచ్చిన నంబర్ కి ఫోన్ చేసి జరిగిందంతా చెప్పాడు గోపి. పోలీసులు "మీ సమస్య అర్థమైంది, మీ డబ్బులు వెనక్కి వచ్చేలాగా మేము ట్రై చేస్తాము, వాళ్ల డీటెయిల్స్ అన్ని మాకు పంపించండి" అన్నారు. గోపి వంశీ సహాయంతో కంప్లైంట్ ఫైల్ చేసాడు. ఆ రోజు రాత్రి అంతా ఇలా గడిచిపోయింది.

★★★

కొన్ని రోజుల తర్వాత గోపికి తను పోగొట్టుకున్న డబ్బు తిరిగి వచ్చింది. వెంటనే అతని మామయ్యకి డబ్బులు పంపించి అప్పు తీర్చేశాడు. గోపి, వంశీకి ఫోన్ చేసి థాంక్స్ చెప్పాడు. జాబ్ తెచ్చుకోవడం కోసం సీరియస్ గా ప్రయత్నం మొదలుపెట్టాడు

ఆ తర్వాత ఆన్లైన్ మోసాలపై అవగాహన కల్పించడం కోసం పోలీసులు నిర్వహించిన ఒక ప్రోగ్రాంకి వెళ్లి, తనకు జరిగిన మోసం గురించి, పోలీసులు తనకు చేసిన సహాయం గురించి చెప్పాడు గోపి.

కొన్ని రోజుల తర్వాత స్నేహితులు ఇద్దరికీ జాబ్ వచ్చింది. ఇద్దరూ చాలా ఆనందించారు. ఇలా రెండు సంవత్సరాలు గడిచిన తరువాత, ఒక రోజు ఆఫీసులో ఉన్నప్పుడు గోపికి వేరే ఫ్రెండ్ నుంచి ఒక మెసేజ్ వచ్చింది. ఆ మెసేజ్ ఏంటంటే... ఒక బిజినెస్ ఉంది, నువ్వు లక్ష రూపాయలు పెట్టుబడి పెడితే ...నీకు 10 లక్షలు వస్తాయని ఉంది. అప్పుడే అక్కడికి వచ్చి గోపి వెనుక నిలబడి ఉన్న వంశీ, ఈ మెసేజ్ చదివాడు. గోపి వంశీతో "నాకు అర్జెంటు పని ఉంది. ఇప్పుడే వస్తాను" అని చెప్పి ఎంతో ఆనందంగా కాలర్ ఎగరేస్తూ ముందుకు నడిచాడు. వంశీ తల కొట్టుకుంటూ గోపిని చూసి, "మళ్ళీ అత్యాశ వలలో పడినట్టు ఉన్నాడే! జీవితంలో ఎన్ని చేదు అనుభవాలు ఎదురైనా వీడు మారడు" అనుకొని గోపి వైపు చిరాగ్గా చూశాడు వంశీ.

చదువే ముఖ్యమా!

విజయ దుర్గ

ఉజ్వలమైన భవిష్యత్తును ఊహించుకుంటూ... తనని తాను నిరూపించుకోవడానికి మొదటిసారి కాలేజ్ లోకి అడుగు పెట్టాడు ఉజ్వల్.

చిన్నప్పటి నుంచి ఉజ్వల్ తల్లిదండ్రులు ఉజ్వల్ ని చదువు వైపునే ఎక్కువగా మోటివేట్ చేస్తూ, 100% ఉంటేనే మంచి భవిష్యత్తు అని ఎక్కువగా చెప్తూ వచ్చారు. ఎనిమిదవ తరగతి నుండే తనని గ్లోబల్ స్కూల్లో ఐఐటీ కోచింగ్ జాయిన్ చేశారు. మొదటిలో అక్కడ పరిస్థితులకు అడ్జస్ట్ కావడానికి కష్టం అయినా... తల్లీ తండ్రి రిజల్ట్ లో సెంట్ పర్సెంట్ రాకపోతే విలువ లేదు అని చెప్తూ రావడంతో, ఆ కష్టాలన్నిటిని అధిగమించి క్లాసులో ఎప్పుడూ టాప్ ఒన్ లోనే నిలుస్తూ టెన్త్ కంప్లీట్ చేశాడు. టెన్త్ టెన్ గ్రేడ్ తో 99% తో పాస్ అయిన ఉజ్వల్ ను... ఐఐటి అడ్వాన్స్ కోచింగ్ పాటుగా ఇంటర్ జాయిన్ చేశారు ఉజ్వల్ తల్లిదండ్రులు.

ఉజ్వల్ డే వన్ నుండే, కష్టపడుతూ క్లాసులో ఎప్పుడూ టాప్ లో నిలిచాడు. ఉదయం ఆరుకి మొదలయ్యే క్లాసులు రాత్రి 10 వరకు కంటిన్యూగా ఉండేవి. టెన్త్ క్లాస్ వరకు డేస్కాలర్ గా ఉన్న ఉజ్వల్, ఇంటికి కాలేజ్ దగ్గర అయినా కూడా ఇంటర్ లో టైం వేస్ట్ కాకుండా ఉండాలని హాస్టల్ లోనే ఉండిపోయాడు. 24/7 క్లాసులు, మోడల్ టెస్టులు ఇవే లోకంగా గడిపేసాడు. వీక్లీ వచ్చే మార్క్స్ రిపోర్ట్స్ చూసి ఉజ్వల్ తల్లిదండ్రులు చాలా సంతోషించేవారు. కొడుకు ఖచ్చితంగా జే.ఈ. ఈ అడ్వాన్స్ క్రాక్ చేస్తాడు అని, టాప్ ఐఐటి కాలేజీలో సీట్ సంపాదించుకుంటాడని వాళ్ళు హోప్స్ పెంచుకున్నారు.

కాలేజ్ వాళ్ళు కూడా ఉజ్వల్ వాళ్ళ కాలేజీకి మంచి ర్యాంక్ తీసుకుని వచ్చి కాలేజ్ పేరు నిలబెడతాడని, ఉజ్వల్ ని ఎగ్జాంపుల్ గా చూపిస్తూ క్లాసులో అందరికీ చెప్తూ ఉండేవారు. కొంతమంది స్టూడెంట్స్ ఉజ్వల్ ని రోల్ మోడల్ గా తీసుకొని తన లాగా అవ్వాలి అని తనని టార్గెట్ గా పెట్టుకుని తనని బీట్ చేయడానికి ప్రయత్నించేవారు. కానీ కొంతమంది జలస్ ఫీల్ అవుతూ ఉజ్వల్ ని ఇబ్బంది పెట్టాలని చూసేవారు. అలా వన్

ఇయర్ గడిచింది. ఫస్ట్ ఇయర్ ఇంటర్ ఎగ్జాం లో ఉజ్వల్ కి 99% వచ్చింది. చాలా హ్యాపీ ఫీలయ్యాడు.

అందరూ తనని ప్రశంసిస్తూ ఉంటే చాలా గ్రేట్ గా ఫీల్ అయ్యేవాడు. తను సాధించలేనిది ఏదీ లేదని, తనని తానే ఎక్కువగా ఊహించుకోవడం మొదలుపెట్టాడు. సెకండ్ ఇయర్ లో రెగ్యులర్ సబ్జెక్ట్స్ మీద కాన్సన్ట్రేషన్ తగ్గించి, ఐఐటి ప్రిపరేషన్ మీద పూర్తిగా తన దృష్టిని ఉంచాడు. రోజులో 19 గంటలు చదువులోనే గడిపేసేవాడు. కాలేజీ వాళ్ళు పెట్టే టెస్ట్ లే కాకుండా తనకు తానే ఆన్లైన్ లో టెస్టులు రాస్తూ తనను తాను ఇంప్రూవ్ చేయడానికి కష్టపడ్డాడు. రోజులో ఒక గంట తన పర్సనల్ పనికి పక్కన పెట్టి కేవలం నాలుగు గంటలు మాత్రమే నిద్రపోతూ ఉండేవాడు. ఆ నిద్ర సమయంలో కూడా ఎక్కువగా సబ్జెక్టు గురించి ఆలోచిస్తూ ప్రాబ్లమ్స్ ఎలా సాల్వ్ చేయాలి అనుకుంటూ ఉండేవాడు.

తల్లిదండ్రులకు ఫోన్ చేయడానికి కూడా టైం లేక వాళ్ళు చేసినా... ఒకటి రెండు నిమిషాలు మాట్లాడి పెట్టేసేవాడు. వారంలో విజిటింగ్ టైంలో తల్లి కానీ ,తండ్రి కానీ తన కోసం వచ్చినా ఐదు నిమిషాలు మాత్రమే వాళ్లతో మాట్లాడడానికి కేటాయించి బుక్స్ తీసుకొని ప్రాక్టీస్ చేస్తూ ఉండేవాడు. కొడుకుని డిస్టర్బ్ చేయడం ఇష్టం లేక, కొడుకు ఖచ్చితంగా ర్యాంక్ సంపాదిస్తాడు అని గర్వంతో వారు వెళ్ళిపోయేవారు.

ఇంటర్ ఎగ్జామ్స్ కంటే ముందు మెయిన్స్ ఎగ్జామ్ కి అటెండ్ అయిన ఉజ్వల్ చాలా చక్కగా పర్ఫార్మ్ చేశాడు. 99% రావడంతో చాలా హ్యాపీ ఫీలయ్యాడు. అడ్వాన్స్ కు డైరెక్ట్ గా క్వాలిఫై అయ్యాడు అని అంతా ఉజ్వల్ ని మెచ్చుకున్నారు. అప్పటికి ఇంటర్ బోర్డు ఎగ్జామ్స్ కి నెల రోజులు మాత్రమే సమయం ఉండడంతో, ఐఐటి ప్రిపరేషన్ ని పక్కకి పెట్టి బోర్డు ఎగ్జామ్స్ మీద కాలేజ్ దృష్టి పెట్టింది. ఉజ్వల్ ముందు అంతా ఐఐటి ప్రిపరేషన్ మీదే తన దృష్టిని ఉంచి, అన్నీ లాజికల్ థింకింగ్ లో ఎక్కువ అలవాటు చేసుకోవడంతో థీరిటికల్ గా చదవడానికి చాలా కష్టం అయ్యింది. తన మైండ్ చేంజ్ చేసుకోవడానికి చాలా ప్రయత్నించాడు. ఎగ్జామ్స్ టైం రానే వచ్చింది. లాంగ్వేజెస్ బాగా రాశాడు. గ్రూప్ సబ్జెక్ట్స్ వచ్చేసరికి ఎందుకో తడబడ్డట్టు అనిపించింది. కానీ 100% ఎఫర్ట్ పెట్టి క్వశ్చన్ పేపర్ లో ప్రతి క్వశ్చన్ కి ఆన్సర్ చేశాడు.

ఎగ్జామ్స్ అయిపోగానే తిరిగి జేఈఈ అడ్వాన్స్ ప్రిపరేషన్ లో పడిపోయాడు. ఇంకా ఇంకా సాధించాలి అనే పట్టుదల రావడంతో తిండి మీద కూడా సరిగా దృష్టి పెట్టక, చదువు చదువు... అంటూ ఉండిపోయాడు.

తనతో పాటు చదువుతున్న వాళ్ళు ఉజ్వల్ ని పిచ్చివాడిలా చూసారు. తననే రోల్ మోడల్ గా అనుకున్న వాళ్లు కూడా... ఉజ్వల్ మరీ ఎక్కువగా చదువే లోకంగా ఉండి, తన చుట్టుపక్కల వాళ్ళను కూడా పట్టించుకోకుండా చదువుతూనే ఉండడం వారికి నచ్చలేదు. మనకెందుకులే అని వాళ్ళ పని వాళ్ళు చూసుకున్నారు.

కాలేజీ యాజమాన్యం కూడా చదువు గురించి మాత్రమే ఉజ్వల్ ని పట్టించుకుంటూ మిగతా విషయాలు వదిలేసారు. తిండి తిప్పలు తగ్గించేసి, నిద్రను పూర్తిగా మానేసి చదువుతూ ఉండిపోవడంతో... ఉజ్వల్ బక్క పలుచగా అయిపోయాడు. కళ్ళు కూడా లోతుగా అయిపోయాయి. వారానికి ఒకసారి కొడుకుని చూడడానికి వచ్చే తల్లిదండ్రులు కూడా, కొడుకు చదువుకుంటున్నాడు తన టైం వేస్ట్ చేయకూడదు అని రావడం మానేసి, ఫోన్ లోనే ఒక రెండు నిమిషాలు మాట్లాడి పెట్టేసేవారు. నెల రోజులు గడిచాయి. అడ్వాన్స్ ఎగ్జామ్ దగ్గరికి వచ్చింది. ఎగ్జామ్ లో 100% ది బెస్ట్ ఇవ్వాలి అని ఎగ్జామ్ మూడు రోజులు ఉందనగా అదేపనిగా మోడల్ ఎగ్జామ్స్ రాస్తూ లాప్టాప్ ముందే గడిపేసాడు.

అడ్వాన్స్ ఎగ్జామ్ రోజు ఎగ్జామ్ కి తీసుకెళ్లడానికి వచ్చిన తండ్రి, ఎముకల గూడులా మారిపోయిన కొడుకును చూసి నిర్ఘాంతపోయాడు.

"ఏంటి? ఏం జరిగింది?" అని అడిగితే,

"ఏమీ లేదు. అంతా బానే ఉంది. ఎగ్జామ్ కి టైం అవుతుంది పదండి" అని తండ్రిని తొందర చేసి తండ్రితో పాటు ఎగ్జామ్స్ సెంటర్ కి వెళ్ళాడు.

హాల్ టికెట్ చూపించి ఎగ్జామ్స్ సెంటర్ లోకి అడుగుపెట్టి తనకి అలాట్ చేసిన సిస్టం ముందు కూర్చుని, ఎగ్జామ్ టైం ఇంకా అవ్వకపోవడంతో పేపర్ కోసం ఎదురు చూస్తూ ఉన్నాడు. హఠాత్తుగా నుదుటికి ఎడమవైపున చిన్నగా నొప్పి మొదలైంది.

'ఇదేంటి ఇలా నొప్పి వస్తుంది. ఇలా ఎప్పుడు జరగలేదే, ఇదే ఫైనల్ కదా, ఒకవేళ టెన్షన్ వల్ల అలా అవుతుంది ఏమో!' అనుకున్న ఉజ్వల్ పక్కనే ఉన్న వాటర్ బాటిల్ లో నీళ్లు తాగి తలను విదిలించి ఎగ్జామ్ పేపర్ సిస్టం మీద ప్రత్యక్షం అవడంతో నోట్ ప్యాడ్ మీద చకచకా ఆ ప్రాబ్లం ని సాల్వ్ చేస్తూ ఒక్కొక్కటి ఆన్సర్ చేస్తూ అరగంట సమయంలో 15 వరకు కరెక్ట్ గా ఆన్సర్ చేసేసాడు. మళ్లీ నొప్పి మరింత ఎక్కువగా కుడివైపు నుంచి ఎడమవైపు పాకి భరించలేనట్టుగా మారిపోవడంతో... స్పీడ్ ని తగ్గించి గివ్ అప్ ఇవ్వకుండా ప్రాబ్లం సాల్వ్ చేసి, సిస్టంలో ఆన్సర్ టిక్ చేస్తున్నాడు.

మరొక ఐదు నిమిషాలకి తన చెయ్యి పెన్నుని కూడా పట్టుకోలేకుండా అయిపోయింది. చేయి విపరీతంగా వణికిపోతూ ఉంటే, చేతిలోంచి పెన్ జారిపోయింది. ఎగ్జామ్ ఇన్విజిలేటర్ ఉజ్వల్ ని చూసి,

"వాట్ హప్పెండ్?" అంటూ దగ్గరికి వెళ్ళాడు.

ఉజ్వల్ కళ్ళు తేలేస్తూ... "ఐ వాంట్ టు ఫినిష్ మై ఎగ్జామ్! ప్లీజ్ కోపరేట్" అంటూ స్పృహ తప్పి పడిపోయాడు.

వెంటనే ఇన్విజిలేటర్ వాటర్ బాటిల్ లోని నీటిని ఉజ్వల్ మొహం మీద చల్లాడు. కానీ ఉజ్వల్ కళ్ళు తెరవలేదు. ఎమర్జెన్సీ సిట్యుయేషన్ అని అర్థం చేసుకొని, వెంటనే సెక్యూరిటీని పిలిపించి ఉజ్వల్ ని బయటికి పంపించాడు. సెక్యూరిటీ ఉజ్వల్ ను బయటకు తీసుకుని వచ్చి, అక్కడే ఉన్న ఒక స్టాఫ్ నర్స్ ని చెక్ చేయమని చూపించి, ఉజ్వల్ ఐడి కార్డ్ ఆధారంగా... తన పేరెంట్స్ ఎవరో తెలుసుకొని బయటకు వచ్చి విషయం చెప్పాడు.

ఉజ్వల్ తండ్రి కంగారు కంగారుగా లోపలికి వెళ్లి చూసేసరికి,

"నర్స్ ఉజ్వల్ తండ్రిని అసలు మీరు తండ్రేనా? పిల్లాడు ఇంతలా అయిపోతుంటే అసలు పట్టించుకోరా! అసలు పిల్లాడు కడుపునిండా అన్నం తిని ఎన్ని రోజులైంది? అబ్బాయికి అసలు శక్తి లేదు. పల్స్ చాలా లో ఉంది. ఇమీడియట్ గా తనని హాస్పిటల్ కి తీసుకుని వెళ్ళండి" అంటూ కోప్పడింది.

ఒక్కసారిగా ఉజ్వల్ తండ్రి కాళ్ళ కింద భూమి కదిలినట్టు అనిపించింది. గబగబా సెక్యూరిటీ సహాయంతో కార్ వరకు వెళ్లి, దగ్గర్లో ఉన్న హాస్పిటల్ కి తీసుకుని వెళ్ళాడు.

అక్కడ డాక్టర్ ఉజ్వల్ కండిషన్ చూసి ఇమీడియట్ గా ఐసీయూలో అడ్మిట్ చేసి ఆక్సిజన్ పెట్టి, పల్స్ రేట్ పడిపోవడంతో గ్లూకోజ్ ఎక్కిస్తూ ట్రీట్మెంట్ చేశారు. పల్స్ రేట్ ఇంకా లోగానే ఉంది. అసలు విషయం తెలుసుకోవాలని బయటకు వచ్చిన డాక్టర్,

"ఎప్పటి నుంచి మీ అబ్బాయి వీక్ గా ఉన్నాడు? అసలు అబ్బాయి టైం కి తింటున్నాడా? 17 ఏళ్ల అబ్బాయి ఉండాల్సిన వెయిట్ కి 40% తక్కువగా ఉన్నాడు. బ్లడ్ లెవెల్స్ ఫైవ్ కి పడిపోయాయి. మీరు తనని ఒక అరగంట ఆలస్యంగా తీసుకుని వచ్చినా తన ప్రాణాలు పోయేవి. అసలు ఇంతలా అయిపోవడానికి కారణం ఏమిటి? అబ్బాయికి అంతకు ముందు కూడా ఏమైనా ఆరోగ్య సమస్యలు ఉన్నాయా?" అనడిగింది డాక్టర్.

ఉజ్వల్ తండ్రికి ఏమీ అర్థం కాలేదు. "లేదు డాక్టర్! తను చాలా హెల్దీ గానే ఉండేవాడు. తను అడ్వాన్స్ కి ప్రిపేర్ అవుతున్నాడు. ఇప్పుడు అడ్వాన్స్ ఎగ్జామ్ రాస్తుంటే ఇలా అయ్యింది. తను వెంటనే లేచేలా చెయ్యండి. ఈ ఎగ్జామ్ తనకి చాలా ఇంపార్టెంట్" అన్నాడు.

డాక్టర్ కోపంగా "అసలు మీరు ఏం మాట్లాడుతున్నారో తెలుస్తుందా? అక్కడ పిల్లాడు చావు బ్రతుకుల మధ్య ఉన్నాడు. మీరు ఎగ్జామ్ రాయాలి, త్వరగా పంపండి అంటున్నారు. ఇప్పుడు కాకపోతే, ఎగ్జామ్ రాయడానికి మరో ఛాన్స్ ఉంటుంది. కానీ ప్రాణం పోతే రాదు. ఎగ్జామ్ ఫియర్ వల్ల పానిక్ అయ్యాడు అనుకున్నాను. ఎగ్జామ్ ఫియర్ అంటే జస్ట్ పల్స్ డౌన్ అవుతుంది. కానీ మీ అబ్బాయి విషయంలో బ్లడ్ కౌంట్ పడిపోయింది. విపరీతమైన వెయిట్ లాస్ కూడా అయ్యాడు. పొజిషన్ చాలా క్రిటికల్ గా ఉంది. స్పృహలోకి రావాల్సిన పిల్లాడిలో కదలిక లేదు. సరైన తిండి, నిద్ర లేక తన ఆర్గాన్స్ అన్నీ దెబ్బతిన్నాయి. అసలు పిల్లాడు ఇంత దారుణమైన స్థితికి రావడానికి కారణం ఏంటి? తను ఫుడ్ సరిగా తీసుకోలేదా? తనని మీరు చదువు విషయంగా ప్రెషర్ చేసి తిండి విషయం పట్టించుకోలేదా?" అనడిగారు.

ఉజ్వల్ తండ్రికి, గత నెల రోజులుగా కొడుకుని కనీసం చూడకుండా ఎప్పుడైనా ఫోన్ లో మాట్లాడినా... చదువు గురించి మాత్రమే అడిగి తెలుసుకుని కనీసం కొడుకు తిన్నాడా, లేదా? అని కూడా అడగకపోవడం గుర్తుకు వచ్చింది. ఎప్పుడూ చదువు చదువు అని తప్ప మరో ప్రశ్న అడగక పోవడంతో, కొడుకు తినడమే మానేసి చదువులో మునిగి పోయాడు అని అర్థం అయ్యింది.

అప్పుడే అక్కడికి వచ్చిన ఉజ్వల్ తల్లి, "ఎగ్జామ్ హాల్ లో ఉండాల్సిన నా కొడుకు ఇక్కడ ఎందుకు ఉన్నాడు?" అంటూ భర్తను పట్టుకుని నిలదీసింది.

చేతికి అందివస్తున్న కొడుకు అచేతనంగా పడి ఉన్నాడు అని తెలిసిన ఆ తండ్రి భార్యకి సమాధానం చెప్పలేకపోయాడు. మౌనంగా ఐసీయూ రూమ్ లోకి అడుగు పెట్టాడు.

దాదాపు నెలరోజుల తర్వాత... ఎముకల గూడులాగా మారిపోయిన కొడుకుని చూసి గుండెలు బాదుకుంది ఆ తల్లి. "ఏంటండి... వీడు నా కొడుకా! ఇలా అయిపోయాడు ఏంటి? సన్నగా ఉండేవాడు, కానీ మరీ ఇంత దారుణంగా ఎలా అయిపోయాడు? అసలు ఏం జరిగిందండి? వాడు ఎగ్జామ్ రాసాడా? మంచి పర్సంటైల్ వస్తుందా?" అనడిగింది.

సుమారు గంట నుంచి ఉజ్వల్ విషయంలో ఏం జరిగి ఉంటుందో, ఉజ్వల్ తండ్రి మాటలు, ఆ తర్వాత తల్లి మాటలు బట్టి అర్థం చేసుకున్న ఆ డాక్టర్ విసుగు చెంది, ఉజ్వల్ కి హార్ట్ బీట్ అన్నీ ఒకసారి చెక్ చేసి వారిద్దరి ముందుకి వచ్చి, అసలు మీరిద్దరూ దేనికి బాధపడుతున్నారు అనేది తెలుసుకోవచ్చా?" అనడిగింది.

ఇద్దరూ అయోమయంగా మొహం పెట్టి, "అది ఏంటి డాక్టర్! అలా అంటారు? నా కొడుకు అలా హాస్పిటల్ బెడ్ మీద పడి ఉంటే, మేము ఇంకా దేనికి బాధపడతాం" అన్నారు.

"ఏమో! మిమ్మల్ని చూస్తుంటే నాకు అలా అనిపించడం లేదు. పిల్లాడు అంత దారుణమైన కండిషన్ లో ఉన్నా.. మీ నోటి నుంచి ఎగ్జామ్ రాసాడా? లేదా? మంచి పర్సంటైల్ వస్తుందా? అనే ప్రశ్నలు వచ్చాయి అంటే, ఇంతకంటే దారుణం మరొకటి లేదు. అసలు ఆ పిల్లాడికి ఇలాంటి పరిస్థితి రావడానికి కూడా కారణం మీరే. ఇన్నాళ్లూ... చదువు చదువు అని ఆ అబ్బాయిని చదువు మాత్రమే లోకంగా పెంచారు. అందుకే అబ్బాయి చదువు మాత్రమే చదివి తన గురించి తాను పట్టించుకోవడం మానేశాడు. సరైన తిండి, సమయానికి నిద్ర లేక తన ఆర్గాన్స్ అన్ని దెబ్బతిన్నాయి. ఇన్నాళ్ళు లేని నిద్రని ఇప్పుడు తెచ్చుకున్నాడు. ప్రశాంతంగా నిద్రపోతున్నాడు" అంది.

ఆ మాటలకి ఉజ్వల్ తల్లి తండ్రి... "డాక్టర్ మీరేం మాట్లాడుతున్నారు? నా కొడుక్కి ఏమైంది చెప్పండి. చదువు ఉండాలి అని చెప్పాము కానీ, మరి ఇంతలాగా అయిపోతాడు అనుకోలేదు" అన్నారు.

"మీరు ఎలా ఏది చెప్పినా, ఏ ఉద్దేశంతో చెప్పినా... ఆ అబ్బాయికి అర్థం అయ్యింది చదువు మాత్రమే జీవితం అని. అలా ఎక్కువగా చదివి... చదివి... తన గురించి పట్టించుకోవడమే మానేశాడు. దాదాపు నెల రోజుల నుంచి సరైన తిండి కూడా తినలేదు. అందుకే బ్రెయిన్ ఫంక్షనింగ్ దెబ్బతిని కోమాలోకి వెళ్లిపోయాడు. తిరిగి కోలుకుంటాడు అని చెప్పలేం. ఐ యాం సారీ" అని పక్కకు వెళ్ళిపోయింది.

ఉజ్వల్ తల్లి, తండ్రి డాక్టర్ చెప్పిన మాట విని ఒక్కసారిగా కుప్పకూలిపోయారు. తల బాదుకుంటూ... "చదువే ముఖ్యం అంటూ చెప్పి చెప్పి నా కొడుకుని ఈ స్థితికి తీసుకువచ్చామే!" అని కన్నీరు మున్నీరుగా ఏడ్చారు.

వారి పరిస్థితి చూసిన అక్కడి వాళ్లకి కూడా చాలా బాధ వేసింది. పిల్లలకి చదువే కాదు, అంతకు మించిన జీవితం ఉంది. చదువు అనేది జీవితంలో ఒక భాగం మాత్రమే.

దేనికి ఎంత వరకు ప్రాముఖ్యత ఇవ్వాలో, అంతవరకే ఇస్తే ఇలాంటి ఇబ్బందులు రావు అనుకున్నారు.

ఓ తల్లితండ్రుల్లారా! పిల్లలకు చదువు ముఖ్యం. కానీ, చదువే ముఖ్యం కాదు. చిన్న తనం నుండే చదువు... చదువు... అని వాళ్ల బుర్ర నిండా నింపేసి, మరో విషయం తెలుసుకోనివ్వకుండా, వాళ్ళని ఒక మిషన్ లా ట్రీట్ చేస్తూ కంప్యూటర్ కి ఇచ్చే ప్రోగ్రాంలా వాళ్ల చిన్న మెదడుకి "చదువు మాత్రమే! చదువే ముఖ్యం" అని కమాండ్స్ ఇచ్చి, అవసరానికి మించి వారి చిన్ని మెదడుల్లో డేటా స్టోర్ చేస్తే, కంప్యూటర్ లు ఆ కనిపించని ఒత్తిడికి ఎలా అయితే హాంగ్ అయ్యి ఆగిపోతాయో, అలానే ఈ చిన్ని ప్రాణాలు కూడా ఆగిపోతాయి. జరభద్రం!

"ఉజ్వలమైన భవిష్యత్తు ఉన్న ఉజ్వల్, అతిగా చదివి, కనిపించని ఒత్తిడికి గురి అయ్యి, భవిష్యత్తు లేకుండా చేసుకున్నాడు."

"చదువే జీవితం కాదు. జీవితంలో ఒక భాగం మాత్రమే!"

వింత ఆట

సౌజన్య రామకృష్ణ

"చూడు బేబీ! నేను చెప్పినట్టే నువ్వు చేశావే అనుకో.. నువ్వు కోరిన కోరికని తప్పకుండా నేను తీరుస్తాను" అని చెప్పాడు **40** ఏళ్ల సాజీద్ ,**18** ఏళ్ల మ్యాగీ అని ముద్దుగా పిలవబడే మేఘన తో.

"ఏంటా కోరిక? ఏం చేయాలి చెప్పు? ఎట్టి పరిస్థితుల్లో ఆ కొరియన్ యాక్టర్ తో నా పెళ్లి జరగాలి. వాడు కొరియన్ సిరీస్ లలో హీరోయిన్ తో మెలిగే తీరు, వాడి రొమాన్స్ చూస్తే నాకు పిచ్చెక్కిపోతుంది. "

"ఆ హీరోయిన్ ప్లేస్ లో నన్ను నేను ఊహించుకోవాల్సి వస్తోంది. ఎక్కువ సేపు సెల్ చూస్తున్నానని మా అమ్మానాన్న నన్ను తిట్టినా, అరిచినా నేను సెల్ ని వదలట్లేదు అంటే ఆ సీరీస్ లు నాకు ఎంత నచ్చాయో చూడు."

"నేను అనుకున్న కొరియన్ హీరోతో ఎట్టి పరిస్థితుల్లో నా పెళ్లి జరగాలి. ఇలా వాడిని పెళ్లి చేసుకున్నాను అంటే మా అమ్మ నాన్నతో నాకు విభేదాలు రావడం ఖాయం. కానీ ఆ సిరీస్ లు చూడడం ఒక వ్యసనంగా మారిన నాకు... చూడకపోతే.. చచ్చిపోతానేమో అనిపిస్తుంది. " అని చెప్పింది మ్యాగి.

"అయ్యో! నువ్వు చచ్చిపోయావు అంటే ఆ కొరియన్ అబ్బాయ్ ఏమైపోవాలి? ఎట్టి పరిస్థితుల్లో వాడికీ, నీకూ పెళ్లి జరిపించే బాధ్యత నాది. ఆల్రెడీ వాడికి నీ గురించి చెప్పేశాను. బట్ ఇప్పుడు నువ్వు చేయాల్సిన పనేంటి? కాలేజీ కి వెళ్ళాక నీకు ఒక్కడొచ్చి చిట్టి ఇస్తాడు, అందులో రాసినట్టు చేయాలి" అని చెప్పాడు సాజిద్.

"సరే సాజిద్! నువ్వు ఎంత మంచి వాడివో! నా సమస్య ఏంటో నువ్వు తెలుసుకొని, నన్ను ఓదార్చి మంచి చేస్తున్నావు. నీ కోసం ఏమైనా చేస్తాను" అని చెప్పింది మ్యాగీ.

"గుడ్. నీకు మొత్తం నాలుగు టాస్కులు ఇస్తాను.అవన్నీ ఫినిష్ చేస్తే.. ఆ కొరియన్ హీరో సౌత్ కొరియా నుంచి ఫ్లైట్ ఎక్కి ఇండియా వచ్చి... ఇక్కడ ఒక షోలో పార్టిసిపేట్

చేసి.. ఆ తర్వాత మీ ఇంటికే వస్తాడు. "

"మీ పేరెంట్స్ ఒప్పుకుంటే సరే, ఒప్పుకోకపోతే నిన్ను తీసుకొని వెళ్ళిపోతాడు సరేనా!" అని చెప్పిన సాజిద్ ని హత్తుకుంది మ్యాగీ.

సాజిద్ మాటలు విన్న మ్యాగీ.. ఆనందం పట్టలేక.. ఒక సిగరెట్ తీసి వెలిగించింది. వాళ్ళు ఉన్న కేఫ్ లో దాదాపుగా అందరూ టీనేజ్ పిల్లలే ఉన్నారు. కొందరు సిగరెట్ తాగితే, ఇంకొందరు మందు తీసుకుంటూ మజా చేస్తున్నారు.

★★★

మరుసటి రోజు..

"హాయ్ సాజిద్! కాలేజీకి ఇప్పుడే రీచ్ అయ్యాను.ఇప్పుడు నేను ఏం చేయాలి?" అని అడిగింది.

"నేను పంపిన అబ్బాయి నీకు ఒక పేపర్ ఇచ్చి వెళ్తాడు. అందులో ఏదైతే రాసి ఉందో అలాగే యాక్ట్ చేయాలి, ఓకేనా?" అన్నాడు.

"ఓకే" అని..కాల్ కట్ చేసి తన దగ్గరికి వచ్చిన అబ్బాయి దగ్గర పేపర్ తీసుకొని ఓపెన్ చేసింది మ్యాగీ.

టాస్క్ **1:** నీ జూనియర్స్ లో ఎవరో ఒకళ్ళని.. సీనియర్స్ లో ఎవరో ఒకళ్ళని.. సెలెక్ట్ చేసుకొని వాళ్ళ చెంపలు పగలగొట్టాలి.

టాస్క్ **2.** నీ చుట్టూ ఉన్న వారితో కోపంగా, పిచ్చిగా బిహేవ్ చెయ్యాలి.

టాస్క్ **3.** పై రెండు టాస్క్ లో ఎలా చేయాలి అంటే.. మీ పేరెంట్స్ కి నీ మీద కాలేజీ వాళ్ళు కంప్లైంట్ చేయాలి.

టాస్క్ **4:** ఇంట్లో డబ్బులు దొంగతనం చేయాలి.

"ఈ నాలుగు టాస్కులు చేసిన తర్వాత.. నీకు కాలేజీ వారు వార్నింగ్ ఇచ్చి సస్పెండ్ చేస్తారు."

"అయినా బాధ పడకు.

అప్పటి కల్లా.. కొరియన్ స్టార్ ఇండియాలో కొచ్చి పెర్ఫార్మన్స్ ఇస్తారు. ఎలాగూ నువ్వు సస్పెండ్ అయ్యావు కాబట్టి.. ఆ స్టార్ ని పెళ్లి చేసుకుంటున్నావు కాబట్టి నీకూ ఆ కాలేజీకి ఎటువంటి సంబంధం లేదు. హాయిగా వాడితో కలిసి వెళ్లిపో."అని అన్న సాజిద్ కి

థాంక్యూ చెప్పింది మేఘన.

★★★

మరుసటి రోజు..

మ్యాగీ తన జూనియర్ దగ్గరికి వెళ్లి.. అందులో ఒకరిని సెలెక్ట్ చేసుకొని.. వాడి చెంప పగలగొట్టి, గట్టిగా వాడి మీద అరిచి అక్కడ నుంచి వెళ్ళిపోయింది.

ఆ తరువాత తన సీనియర్స్ లో నుంచి ఒక వ్యక్తిని పిలిచి ఆమె చెంప కూడా పగలగొట్టింది.

మ్యాగీ చేసిన పని ఎవరికి నచ్చలేదు. అందుకే కాలేజీ యాజమాన్యం, అందరూ కూడా మ్యాగీ ని సస్పెండ్ చేయాలి అని డిమాండ్ చేశారు.

కాలేజీ మొత్తం మ్యాగీ పేరు మారు మోగిపోయింది.

★★★

ఆఫ్టర్ వన్ డే..

"సర్. మిమ్మల్ని పిలవాల్సి వస్తుందని అనుకోలేదు. మీ మ్యాగీ కి ఏదో ప్రాబ్లం ఉంది."

"కాలేజీ లో చేరిన మొదటి ఏడాది చక్కగా చదువుకుని టాపర్ గా నిలిచిన తనకి ఏమైందో తెలియదు...తన బిహేవియర్ మొత్తం మారిపోయింది."

"తను తోటి వారితో ప్రవర్తించే తీరుని గమనిస్తే తనలో ఆత్మ గౌరవం అనేది లేదు. అహంకారంతో తన కళ్ళు మూసుకుపోయాయి."

"చూడండి, ఇప్పుడు మిమ్మల్ని పిలవడానికి గల కారణం... నిన్న కాలేజీకి వచ్చి ఇద్దరి జూనియర్స్ ని, ఇద్దరు సీనియర్స్ ని కొట్టింది."

"ఈ మధ్య తరచూ కాలేజీలో ఎవరితోనో విభేదాలు పెట్టుకుంటుంది. తనని చూస్తే అర్థమవుతోంది.. తను ఆల్కహాలిక్ గా మారింది అని."

"మరో ముఖ్యమైన విషయం ఏంటి అంటే..

కొన్ని రోజుల్లో తను కొరియన్ స్టార్ ని పెళ్లి చేసుకోబోతోంది అని కాలేజీలో అందరికీ చెబుతోంది."

"ఇదంతా ఏంటి?

తను మానసికంగా ఏదో సమస్యలో ఉన్నట్టుగా ఉంది. అదోరకమైన స్టేజ్. ఇలాంటి వాళ్లకి సమస్య వచ్చినప్పుడు మెల్లగా ఓదార్చాలి. కౌన్సిలింగ్ ఇవ్వడం ఎంతో ముఖ్యం. "

"రియాలిటీ ఓరియెంటెడ్ థెరపీ ఇవ్వడం వల్ల తనలో ఏదైనా మార్పు రావచ్చు. మీరు మీ అమ్మాయి గురించి పట్టించుకోకపోతే తను మీ చేయి దాటి పోవడం ఖాయం."

"ఇప్పుడు గనక మీరు సరిగా రియాక్ట్ కాకపోతే... ఇవే గొడవలు పెద్దగా మారి చీటికిమాటికి కుటుంబంలో గొడవలు రావడంతో పాటుగా కాలేజీ నుంచి మీకు కంప్లైంట్స్ రావచ్చు."

"తను చేసిన పనికి తనని సస్పెండ్ చేయాలి కానీ.. మేఘన మంచి పిల్ల. అంత మంచి పిల్లని ఎవరో ట్రాప్ చేశారు, అది ఏంటో కనుక్కోవాలి."

"మీ అమ్మాయికి ఓరియంటెడ్ థేరపీ, సైకలాజికల్ అసైన్మెంట్, సైకలాజికల్ ట్రీట్మెంట్ కనక ఇస్తే.. మళ్లీ తను రియాల్టీ లోకి వస్తుంది." అని చెప్పారు కాలేజ్ ప్రిన్సిపల్.

ప్రిన్సిపల్ సర్ కి ఎదురుగా కూర్చున్న తన పేరెంట్స్ ఇద్దరికీ కూడా ఏం మాట్లాడాలో అర్థం కాలేదు.

"ఏమైందండీ? మాట్లాడకుండా మౌనంగా ఉన్నారు. మేఘన రాలేదు. ఇంట్లో ఉందా?"అని అడిగారు ప్రిన్సిపాల్.

"ఏం చెప్పమంటారు సర్. ఈ రోజు ఉదయం మేఘన గదిలోకి వెళ్తే తను కనపడలేదు. ఎక్కడికి వెళ్లిందా అని వెతుకుతూ ఉంటే మా రూములో డబ్బులు దొంగతనం చేస్తూ కనపడింది. "

"ఒక్కసారిగా మా గుండెల్లో రాయి పడింది.ఏంటమ్మా! ఒక్కగానొక్క కూతురివి. నిన్ను ఎంత ప్రేమగా పెంచుకున్నామో.. ఇంకొకరు వస్తే నీకు పంచాల్సిన ప్రేమ లో సగం నీ తోబుట్టువుకి కూడా పంచాల్సి వస్తుంది అని చెప్పి నువ్వు ఒక్కదానివే చాలు అనుకున్నాం."

"కానీ నువ్వు చేసేది ఏంటి? ఎందుకు ఇంత దిగజారి పోతున్నావు. అసలు ఇలా నువ్వు మారడానికి కారణం ఆ సెల్ ఫోనే కదా?

కాలేజీకి వెళ్తున్నావు కాబట్టి సెల్ అనేది మాట్లాడడానికి, నీ క్షేమ సమాచారం తెలియడానికి మాత్రమే నీకు ఇచ్చాము కానీ.. సెల్ ఫోన్ కి ఎడిక్ట్ అయిపోయి కాలేజీలో వాళ్లతో గొడవ, వారితో విభేదాలు పెట్టుకొని.. సెల్ ఫోన్ చూడకపోతే చచ్చిపోతాను అనేలా మారిన నిన్ను చూస్తుంటే ఏమని చెప్పాలో, అర్థం కావట్లేదు. "

"నీవల్ల మేమెంత మానసిక క్షోభ ని అనుభవిస్తున్నాము నీకు అర్థం అవుతుందా?"

"తోటి వారితో ఆత్మగౌరవం లేకుండా ప్రవర్తించడం వల్ల వచ్చే సమస్యలు ఏంటో నీకు తెలియట్లేదు మేఘన."

"ఇంకొన్ని రోజుల తర్వాత నీకు పెళ్లి జరుగుతుంది. నీకంటూ ఒక అందమైన కుటుంబం ఏర్పడుతుంది. నీకూ పిల్లలు కలుగుతారు. వాళ్లతో ఎలా ప్రవర్తించాలో నేర్చుకోవాలి. అంతే గాని.. ఇలా చీటికీ మాటికి మాతో గొడవ పడుతూ.. కాలేజీ నుంచి కంప్లైంట్స్ తీసుకొస్తూ రావడం ఎంత వరకు కరెక్ట్ నువ్వు చెప్పు? "

"చివరికి ఎంతలా దిగజారిపోయావు అంటే ఇంట్లో ఉన్న డబ్బుల్ని కూడా దొంగతనం చేస్తున్నావు." అని మాత్రమే అన్నాను సర్.

"ఏమైందో తెలియదు... తన చేతిలో ఉన్న డబ్బులు అన్నీ కూడా మంచం మీద పడేసి..కిచెన్ లోకి వెళ్లి ఒక చాకు తీసుకుని తన పొట్టలో పొడిచేసుకుంది సర్!

"మా కూతురు ఇలా చేస్తుంది అని అనుకోలేదు. తనని హుటాహుటిన హాస్పిటల్ కి తీసుకెళ్లాము కాబట్టి బ్రతికింది."

"ప్రస్తుతం ఐ.సీ. యూలో ట్రీట్మెంట్ తీసుకుంటుంది. మీరు కాలేజీకి రమ్మని పిలిచారు కాబట్టి తను చావు బ్రతుకుల మధ్య ఉన్నా కూడా, తన గురించి తెలుసుకోవడం కోసమే ఇక్కడ వరకూ వచ్చాము."

"నా కూతురు చేసిన తప్పుకి మేము క్షమించమని అడుగుతున్నాము. మానసిక సమస్యలో ఉన్న నా కూతురు మళ్లీ మామూలు మనిషిగా మారిన తర్వాత మీతో తప్పకుండా మాట్లాడించి క్షమించమని అడిగేలా చేస్తాను. ఉంటాం సర్"అని చెప్పి మేఘన పేరెంట్స్ వెళ్లిపోయారు.

★★★

"ఏంటి! ఈ మేఘనకి ఇచ్చిన టాస్క్ పూర్తి చేసి.. నాతో వస్తుంది అనుకుంటే ఇంకా రావట్లేదు" అని ఆలోచిస్తూ మేఘన కి కాల్ చేస్తున్నాడు సాజిద్. అవతల మేఘన ఫోన్ లిఫ్ట్ కాలేదు. కానీ మేఘన వాట్సాప్ లో నుంచి సాజిద్ కి మెసేజ్ చేసింది.

"ఎక్కడ ఉన్నావు. నీ లొకేషన్ షేర్ చెయ్. నేను బయలుదేరుతున్నాను. డబ్బులు తీసుకుని వస్తున్నా అని." సాజిద్ తను ఉన్న లొకేషన్ ని మెసేజ్ చేశాడు.

ఇంకొక 15 నిమిషాల్లో.. సాజిద్ ని పోలీసులు అరెస్ట్ చేశారు. అతని దగ్గర ఉన్న పది సెల్ ఫోన్స్.. కొంత క్యాష్, అతనికి హెల్ప్ చేసిన మనుషులను మీడియా ముందు ప్రవేశపెట్టారు.

★★★

ఫ్లాష్ న్యూస్..

"రాష్ట్రంలో కొత్త తరహా మోసాలు వెలుగులోకి వచ్చాయి. కొంతమంది కాలేజీ పిల్లలతో స్నేహం చేసి.. వారిని చెడు వ్యసనాలకు బానిసలుగా మార్చి.. వాళ్ల బలహీనతలను గుర్తించి, అవి వారి బలాలుగా మార్చుకొని... ఆడపిల్లల్ని ఇంట్లో నుంచి డబ్బులు తీసుకురమ్మని.. వారిని కిడ్నాప్ చేసి అమ్మే ఒక ముఠాని పట్టుకున్నారు. "

"అందులో ప్రధాన సూత్రధారి అయిన సాజిద్ దాదాపుగా 15 మంది అమ్మాయిలతో... స్నేహాన్ని పెంచుకొని... వాళ్లందరికీ నచ్చే కామన్ పాయింట్ కొరియన్ సిరీస్ లో కనపడే హీరోతో పెళ్లి చేస్తాను అని ఒప్పించి.. వారితో.. వింత ఆటలు ఆడించడం చేస్తూ ఉన్నాడు."

ఈ న్యూస్ ని ఐ.సీ.యూలో ఉన్న మేఘన విన్నది.

ఒక్కసారిగా తన కంట్లో నుంచి కన్నీళ్లు జలజలా రాలిపోయాయి.

'ఎంత తప్పు చేశాను. అమ్మ నాన్న చెప్పిన మాట వినకుండా సాజిద్ మాటలు విని ఎలా నమ్మేశాను? వాడి మాటలు విని నా ప్రాణాలు సైతం తీసుకోవడానికి వెనకాడ లేదు.'

'ఒకవేళ నేను గనుక డబ్బు తీసుకొని వెళ్ళి ఉంటే... నన్ను ఎవరికో ఒకరికి అమ్మేసేవాడు. అప్పుడు నా పరిస్థితి ఏంటి?

నేను నా పేరెంట్స్ ని మళ్ళీ కలిసేదాన్నా' అని ఆలోచిస్తూ తన అమ్మానాన్నల కోసం ఎదురు చూస్తూ ఉండిపోయింది.

ఇంకో అరగంటలో ఐ.సీ.యూలోకి తన పేరెంట్స్ వచ్చారు. మేఘన ఓపిక తెచ్చుకొని లేచి బెడ్ దిగి.. తన పేరెంట్స్ కాళ్లు పట్టుకొని క్షమించమని ఏడ్చింది. అలాగే కాలేజీ ప్రిన్సిపాల్ సర్ కి కాల్ చేసి 'సారీ' చెప్పింది.

ఈ విధంగా వింత ఆటలో ఒక భాగస్వామిగా మార బోయి తృటిలో తప్పించుకున్న మేఘన నిజంగా లక్కీ గర్ల్ అనే చెప్పాలి.

ఝాన్సీ లక్ష్మి జాషి (శ్రీఝా)

జీవితమే ఒక రంగస్థలం

ఝాన్సీ లక్ష్మి జాషి (శ్రీఝా)

వరండాలో వాలు కుర్చీలో కూర్చొని పేపర్ చదువుకుంటున్న పరంధామయ్య కాళ్ళ దగ్గరకు గింగిరాలు తిరుక్కుంటూ వచ్చి పడింది స్టీల్ కంచం. ఆ అలికిడికి పేపర్ లో నుండి తలపైకెత్తి చూసిన పరంధామయ్యకు విసురుగా బయటకు వెళ్తున్న మనవడు అభినవ్, "టిఫిన్ అయినా చేసివెళ్ళరా" అంటూ బ్రతిమాలుతున్న కోడలు మాధవి కనిపించడంతో పేపర్ మడిచి పక్కన పెట్టి "అమ్మా మాధవి, ఏం జరిగింది?" అని కోడలిని అడిగాడు.

"ఏమి చెప్పమంటారు మామయ్యా! వీడేమో "నాకు చదువు మీద ఇంటరెస్ట్ లేదు ఎప్పటికి అయినా సినిమా ఫీల్డ్ లో కి వెళ్లడమే నా ధ్యేయం" అని షార్ట్ ఫిల్మ్ లు, వీడియోలు అంటూ ఎప్పుడు చూసినా ఆ కెమెరా వెంటేసుకొని తిరుగుతూ ఉంటాడు. మీ అబ్బాయిగారేమో, "ఈ రోజుల్లో పెద్ద పెద్ద చదువులు చదివినవాళ్లకే ఉద్యోగాలు సరిగా దొరకట్లేదు. నిన్నగాక మొన్న ఇంటర్లో చేరిన వెధవ చదువు సంధ్య లేకుండా తిరిగితే ఎలా? ఇంటర్ పాసయ్యి ఆ ఇంజనీరింగ్ వెలగబెట్టిన తర్వాత ఏ ఏడుపు అయినా ఏడవమను" అంటారు.

నిన్న కాలేజీ కి వెళ్తే ఆ ప్రిన్సిపాల్ మీ అబ్బాయి అసలు కాలేజీ కి రావట్లేదు ఇదేనా పిల్లల్ని పెంచే తీరు? మీ అబ్బాయి కి చదువు మీద శ్రద్ధ లేకపోతే టీ సి తీసికొని వెళ్ళండి. మా కాలేజీ కి ఉన్న పేరు చెడగొట్టకండి అని మీ అబ్బాయిగారికి తల వాచేట్లు చివాట్లు పెట్టారు అంట. దానితో ఈయన మండిపడుతూ వాడి కెమెరా దాచేసారు. వీడేమో పొద్దున్నే లేచి కెమెరా కనపడలేదు అని టిఫిన్ ప్లేట్ విసిరికొట్టి వెళ్ళిపోయాడు. ఒకసారి వాడి ఆలోచన ఏంటో కనుక్కుందామని ఈయన అనుకోరు, నాన్న ఏది చెప్పినా నా మంచికోసమే కదా చెప్తారు అని వాడు అనుకోడు. ఇద్దరికీ సర్ది చెప్పలేక నా తలప్రాణం తోకకొస్తోంది. ఏదో నాలుగు రోజులు ప్రశాంతంగా ఉందామని వచ్చారు, ఈ గొడవలు అన్నీ మీకెందుకులే మామయ్యా ఉండండి, మీకు కాఫీ తీసుకొస్తాను" అంటూ వెళ్ళింది మాధవి.

వెళ్తున్న కోడలివైపే చూస్తూ 'ఇపుడు ఈ ఇద్దరిలో ఎవరికి నచ్చచెప్పాలి ? పిల్లలు యుక్తవయసుకు వచ్చాక వాళ్ళతో స్నేహితుల్లా వ్యవహరించాలి, అపుడే వాళ్ళు మన మాటకు విలువ ఇస్తారు. కాదు కూడదు అని పెద్దరికంతో కట్టడి చేయాలని చూస్తే, వాళ్ళు

మరింత మొండిగా తయారవుతారు. అలా అని వాళ్ళు పెడదారి పడుతుంటే పట్టించుకోకుండా వదిలేయడం కూడా తప్పే. ముళ్ళమీద ఆరేసిన బట్టలు ఎంత జాగ్రత్తగా తీసుకుంటామో ఈ వయసు పిల్లల్తో అంతే జాగ్రత్తగా వ్యవహరించాలి. అందుకే ముందు మనవడితో మాట్లాడి చూసి వాడి ఆలోచనా విధానం సరిగానే ఉంటే, అపుడు హరితో మాట్లాడొచ్చు అనుకొని కింద పెట్టిన పేపర్ చేతిలోకి తీసుకొని అది చదవడంలో నిమగ్నమైపోయాడు పరంధామయ్య.

రాత్రికి ఆలస్యంగా ఇంటికి వచ్చిన అభినవ్ ని చూస్తూనే "బయట వెలగబెట్టాల్సిన రాచకార్యాలు అన్ని పూర్తి అయ్యాయా దొరగారికి" అంటున్న హరితో "ఆగు హరి, వాడు ఇపుడే కదా ఇంటికి వచ్చింది. పొద్దున్న కూడా ఏమీ తినకుండా వెళ్ళాడు. ముందు వాడిని అన్నం తిననివ్వు, తర్వాత నేను మాట్లాడతాను" అని పరంధామయ్య అనడంతో, తండ్రికి ఎదురు చెప్పలేక "సరే మీ ఇష్టం" అంటూ గదిలోకి వెళ్ళిపోయాడు హరి. 'అబ్బా ఇప్పటిదాకా నాన్నతోనే వేగలేకపోతున్నాను అనుకుంటే ఇక తాతయ్య బుజ్జగింపులు కూడా వినాలి కాబోలు' అని తలపట్టుకు కూర్చున్నాడు అభినవ్.

భోజనాలు పూర్తి అయ్యాక హరి దగ్గర నుండి కెమెరా తీసుకొని అభినవ్ గదిలోకి వెళ్లి "ఇదుగోరా మనవడా నీ కెమెరా, నువ్వు దీనితో యేవో సినిమాలు తీస్తున్నావ్ అంట కదా అవి ఎలా తీస్తారో నాకు ఒకసారి చూపిస్తావా? నాకు కూడా సినిమాలు అంటే చాలా ఇష్టం" అంటున్న పరంధామయ్యను చూసి "నిజమా తాతయ్యా! నువ్వు కూడా నాన్నలాగా నాదే తప్పు అంటావు అనుకున్నాను, ఇలా నాకు సపోర్ట్ చేస్తావు అనుకోలేదు. రేపు నేను బయటకు వెళ్ళేటప్పుడు నిన్ను కూడా తీసుకెళ్తాను" అంటూ సంతోషంగా చెప్పాడు అభినవ్.

మరుసటిరోజు ఉదయం అభినవ్ తో కలిసి వెళ్లి వాళ్ళ స్నేహితులను కలిసి వాళ్ళు షార్ట్ ఫిలిం తీయడంకోసం, వాటిని ట్రెండింగ్ లో నిలపడం కోసం పడుతున్న కష్టం చూసి, వాళ్ళ చదువుల గురించి సినిమా ఫీల్డ్ లో కి వెళ్ళడానికి వాళ్ళు పడుతున్న సాధకబాధకాలు గురించి మాట్లాడి వాళ్ళ గురించి ఒక అంచనాకు వచ్చాడు పరంధామయ్య. ఇంటికి తిరిగి వచ్చిన తర్వాత, "అభినవ్! రేపు ఎటువంటి పనులు పెట్టుకోకు, నాకు తెలిసిన ఒక సినిమా యాక్టర్ దగ్గరకు తీసుకెళ్తాను" అని చెప్పాడు.

"తాతయ్యా! నీకు నిజంగా సినిమాల్లో చేసేవాళ్ళు తెలుసా? మరి నాన్న, నాతో ఎప్పుడూ ఈ సంగతి చెప్పలేదు" అంటున్న అభినవ్ తో "మీ నాన్నకు నా స్నేహితుడి గురించి తెలియదులే. సరే రేపు మాత్రం ఎక్కడికీ వెళ్ళకు" అని చెప్పాడు పరంధామయ్య.

మరుసటిరోజు మాట ఇచ్చిన ప్రకారమే అభినవ్ ని తీసుకొని తన స్నేహితుడి ఇంటికి బయలుదేరాడు పరంధామయ్య. తాతయ్య చెప్తున్న గుర్తుల ప్రకారం జూబిలీ హిల్స్ లో ఒక అధునాతన భవంతి దగ్గరకు చేరుకున్నాడు అభినవ్. కాపలా వాళ్ళు ఎవరు లేకపోవడంతో గేట్ తీసుకొని సరాసరి లోపలికి వెళ్లి తలుపు తట్టారు.

లోపలినుండి వచ్చిన వ్యక్తి, పరంధామయ్యను చూస్తూనే ముందు పోల్చుకోలేకపోయినా తర్వాత పరంధామయ్య చెప్పిన చిన్ననాటి జ్ఞాపకాలతో స్నేహితుడిని గుర్తుపట్టి "ఒరేయ్ పరంధాముడు! నువ్వేనా, ఎన్నిరోజులకు ఈ స్నేహితుడు గుర్తొచ్చాడురా!" అంటూ ఇంట్లోకి ఆహ్వానించాడు. అతడిని చూస్తూనే ఒకప్పుడు ఒక వెలుగు వెలిగిన ప్రసిద్ధ హాస్యనటుడు ఆనందం గా గుర్తుపట్టాడు అభినవ్. ఈయన ద్వారా ఎలాగైనా సినిమా ఫీల్డ్ లోకి అడుగుపెట్టొచ్చు అనే ఆశ చిగురించింది అతనిలో.

వాళ్ళను కూర్చోమని చెప్పి "పద్మకు జ్వరంగా ఉందిరా. ఈ జావ తాగించి టాబ్లెట్స్ ఇచ్చి వస్తాను" అని లోపలి గదిలోకి వెళ్ళొచ్చాడు ఒకసారి. మళ్ళీ కొద్దిసేపు కూర్చొని "ఒరేయ్ పెద్దోడు పనిలో పడితే అసలు తిండి ధ్యాసే ఉండదు వాడికి" అని పరంధామయ్యతో చెప్పి "మా పెద్దబ్బాయి సాఫ్ట్వేర్ ఇంజనీర్ బాబూ పైన గదిలో వర్క్ చేసుకుంటున్నాడు" అని అభినవ్ తో అని, ఫలహారం ప్లేట్ పట్టుకొని పైకి వెళ్ళొచ్చాడు. మరల కొద్దిసేపటికే "చిన్నమ్మాయి పిల్లలు వెనక తోటలో ఆడుకుంటున్నారు, ఎండ ఎక్కువ అవుతోంది వాళ్ళను లోపలికి తీసుకొస్తాను" అని తోటలోకి వెళ్లొచ్చి, "ఈ కాలం పిల్లలు అసలు మాట వినవే వినరు. ఇంకాసేపు ఆడుకుంటాము తాతయ్యా, కావాలంటే నువ్వు కూడా మాతో కలిసి ఆడుకో అంటున్నార్రా" అని మనవళ్ల అల్లరి గురించి చెప్పి నవ్వుకున్నాడు.

అలా స్నేహితులు ఇద్దరూ కొద్దిసేపు పిచ్చాపాటీ మాట్లాడుకున్న తర్వాత "ఇక మేము వెళ్ళొస్తాముురా" అంటూ లేచాడు పరంధామయ్య. 'తనగురించి ఆనందంగారితో ఏమీ మాట్లాడకుండా వెళ్దాం అంటున్నాడు ఏంటి?' అనుకొని ఆనందం గారి ముందు ఏమీ అనలేక లేచి నుంచున్నాడు అభినవ్. "పద్మను పలకరించి వెళ్ళండిరా" అంటూ లోపలి గదిలోకి తీసుకెళ్లాడు ఆనందం.

లోపలి గదిలోకి తొంగి చూసి ఆశ్చర్యంగా ఏదో అనబోతున్న అభినవ్ చెయ్యిపట్టుకొని మాట్లాడొద్దు అని కళ్ళతోనే సైగ చేసి “వెళ్లొస్తాం చెల్లెమ్మా, ఈసారి వచ్చినపుడు నీ చేతివంట రుచి చూసే వెళ్తాము” అని ఆనందం భార్యను పలకరించి మరోసారి స్నేహితుడికి వీడ్కోలు చెప్పి అభినవ్ తో సహా బయటకు వచ్చేసాడు పరంధామయ్య.

బయటకు వచ్చేవరకు మాట్లాడకుండా ఆపుకున్న అభినవ్ “అదేంటి తాతయ్యా, ఆ గదిలో ఎవ్వరు లేరు కదా! ఆయనే అనుకుంటే మీరు కూడా అక్కడ ఎవరో ఉన్నట్లే మాట్లాడుతున్నారు” అని అడిగాడు. దానికి ఆయన “ఆనందం కి చిన్నప్పటినుండి నటన అంటే ప్రాణం. ఇంట్లో వాళ్ళు వద్దు అంటున్నా వినకుండా నాటకాల్లో నటిస్తూ ఉండేవాడు. పెళ్లి చేస్తే మారతాడు అనుకొని పెళ్లి చేసినా ఆనందం తీరు మారలేదు.

ఈలోగా ఎవరో సినిమాల్లో అవకాశం ఇస్తాము అని చెప్పడంతో తండ్రి మాట లక్ష్య పెట్టకుండా భార్యా పిల్లలతో మద్రాస్ కి మకాం మార్చాడు. సినిమాల గొడవలో పడి కుటుంబాన్ని కూడా సరిగా పట్టించుకునేవాడు కాదు. ఒకసారి ఆనందం కూతురికి చాలా జబ్బు చేసింది. పరిస్థితి విషమంగా ఉండటంతో పద్మ షూటింగ్ కి వెళ్లొద్దు అని, తమకు తోడుగా ఉండమని ఆనందాన్ని ఎంత బ్రతిమాలినా “నేను ఉండి మాత్రం చేసేది ఏముంది డాక్టర్స్ చూసుకుంటారు” అని భార్య మాటలు లక్ష్య పెట్టకుండా షూటింగ్ కి వెళ్ళిపోయాడు.

పసిపిల్లలతో హాస్పిటల్ చుట్టూ ఒక్కటే తిరగలేక పద్మ చాలా ఇబ్బంది పడింది. విషయం తెలుసుకొని ఆనందం తండ్రి మద్రాస్ వచ్చేలోగా జరగవలసిన నష్టం జరిగిపోయింది. సమయానికి రక్తం ఇచ్చేవాళ్ళు దొరకక, ఎక్కడికి వెళ్లాలో పద్మకు తెలియక పిల్ల చావుబ్రతుకుల్లోకి వెళ్ళిపోయింది. డాక్టర్లు శ్రమించి ప్రాణాలు నిలబెట్టగలిగారు కానీ ఆ పిల్లకు కాళ్ళు చేతులు చచ్చుబడిపోయాయి. ఇక కోడలిని పిల్లలని ఇక్కడ ఉంచడం ఇష్టంలేక తమతో ఊరికి తీసుకెళ్లిపోయారు ఆనందం తండ్రి. షూటింగ్ నుండి తిరిగొచ్చిన ఆనందం విషయం తెలుసుకొని ఊరికి వెళ్లి భార్య పిల్లలను రమ్మని పిలిచినా వాళ్ళు రావడానికి ఇష్టం చూపించలేదు. ఒకవేళ ఆతను కొన్నిరోజులు వాళ్ళకోసం అక్కడే ఉండిఉంటే పరిస్థితి ఎలాఉండేదో, కానీ నటన మీద ప్రేమతో ఆనందం వాళ్ళను అక్కడే వదిలేసి ఒంటరిగా మద్రాస్ తిరిగి వచ్చేసాడు.

మద్రాస్ నుండి హైదరాబాద్ కు తరలి వచ్చిన సినీ పరిశ్రమతో పాటు హైదరాబాద్ కి వచ్చేసాడు ఆనందం. అవకాశాలు సన్నగిల్లిన తర్వాత ఒక్కడే ఇంట్లో ఉన్నప్పుడు కానీ కుటుంబం విలువ తెలిసిరాలేదు ఆనందానికి. కానీ, అప్పటికే పెద్దవాళ్ళిద్దరు కాలం చేసేసారు. భార్యా పిల్లలు ఇతనికి చేరుకోలేనంత దూరం జరిగిపోయారు. నటనను ప్రేమించిన ఆనందం ఇపుడు ఒంటరితనాన్ని పోగొట్టుకోవడానికి భార్యాపిల్లలు తనదగ్గరే ఉంటున్నట్లు నటిస్తూ, ఆ భ్రమలోనే బ్రతుకుతూ తన జీవితాన్నే ఒక నాటకంగా చేసుకున్నాడు.

నీకు ఇతన్ని చూపించడానికి కారణం నీ ఆశయం మీద నీళ్లు చల్లడానికి మాత్రం కాదు. నీకు నీ ఆశయం ఎంత ముఖ్యమో, కుటుంబం కూడా అంతే ముఖ్యం. మీ నాన్న ఏమీ నీ కోరికను కాదు అనడంలేదు కాకపోతే చదువు పూర్తి చేసిన తర్వాత దాని గురించి ఆలోచించమంటున్నాడు. ఇపుడు చదువు పూర్తి చేస్తే రేపటిరోజున నీకు సినిమా ఫీల్డ్ అచ్చిరాకున్నా చదివిన చదువు నీకు బ్రతుకు తెరువును ఇస్తుంది. అలాగే నా కొడుకు నా మాటకు గౌరవం ఇచ్చాడు అని నీ తండ్రి కూడా, నీ ఆశయానికి వెన్నుదన్నుగా నిలుస్తాడు. ఇది నా అభిప్రాయం మాత్రమే నిర్ణయం నీ చేతుల్లోనే ఉంది. పద ఇంటికి వెళ్దాం" అంటూ మనవడి భుజం తట్టాడు పరంధామయ్య.

మరుసటి రోజు పుస్తకాల బాగ్ తో కాలేజీ కి బయలుదేరిన కొడుకుని ఆశ్చర్యంగా చూస్తున్న హరితో "ఇకనుండి రోజూ కాలేజీ కి వెళ్తాను నాన్నా, హాలిడేస్ లో మాత్రమే షార్ట్ ఫిలిమ్స్ గురించి వర్క్ చేస్తాను. అలాగే ఇంజనీరింగ్ పూర్తి చేసిన తర్వాతే సినిమా ఛాన్స్ ల గురించి ఆలోచిస్తాను" అని, "అమ్మా, తాతయ్యా కాలేజీ కి వెళ్ళొస్తాను అని వెళ్ళిపోయాడు" అభినవ్.

"ఏంటి నాన్నా ఇది! ఇన్నిరోజుల్లో నావల్ల కానిది నీ వల్ల ఎలా అయింది" అంటున్న హరితో "జీవితమనే రంగస్థలంలో తండ్రి పాత్ర పోషించడం నీకు సరిగా రాలేదురా అబ్బాయ్, ఎదిగిన పిల్లలకు ఏదైనా స్నేహితుడికి చెప్పినట్లు మెల్లగా చెప్పాలి. నువ్వు తండ్రి పాత్రలో ఫెయిల్ అయినా నేను తాత పాత్రలో ఫెయిల్ అవ్వలేదు" అని నవ్వుతున్న పరంధామయ్య నవ్వులో తమ నవ్వులను జత కలిపారు మాధవి, హరి దంపతులు.

పడిలేచిన కెరటం

గొర్తి వాణి శ్రీనివాస్

ఆరోజు హోలీ పండగ. దినేష్, అతని స్నేహితులు బీచ్ ఒడ్డున గుమిగూడారు. చేతుల్లో రంగులు. ఎదురుగా సముద్రపు అలలు,

చల్లని వాతావరణం. కాలేజీకి సెలవు. ఇంకేం కావాలి. స్నేహితులందరూ ఒకరి మొహాలకు ఒకరు రంగులు పూసుకుని నవ్వులూ కేరింతల్లో మునిగితేలారు...

రంగుల పండుగ వాతావరణం వాళ్ళందరి మొహాల్లో కనపడుతోంది. ఒకరు పారిపోతుంటే ఇంకొకరు పట్టుకొచ్చి మరీ రంగుల్లో ముంచి నీళ్లలోకి నెడుతూ ఆటలు ఆడుతున్నారు

దినేష్ 19 ఏళ్ల వయసు కుర్రాడు. అతని పాలుగారే తెల్లటి మొహం రంగులు పూయడంతో నీలం వర్ణంలోకి మారింది. స్వచ్ఛమైన నవ్వుతో మెరుస్తున్న పలు వరస, అమాయకత్వంతో తొణికిసలాడే కళ్ళు ఆ రంగుల్ని తలదన్ని కాంతులీనుతున్నాయి.

ఆకలి మరచి మిట్ట మధ్యాహ్నం దాకా బీచ్ లో గంతులు కేరింతల్లో మునిగిపోయారు.

ఇంతలో దినేష్ వీపు మీద ఒక చెయ్యి పడింది.

"ఇక్కడ దినేష్ ఎవరు?" అన్నాడు పోలీస్.

"నేనే" అన్నాడు దినేష్.

"పదరా పోలీస్టేషన్ కి" అని కాలర్ పట్టుకుని లాగాడు పోలీస్.

"రంగులు పూసుకుని సముద్రంలోకి దిగకూడదని మాకు తెలీదు. సారీ సార్, మమ్మల్ని వదలండి. ఇంకెప్పుడూ ఇలా చెయ్యం" అన్నాడు దినేష్ భయంతో వణికిపోతూ.

"అవును సార్, వాడ్ని వదిలిపెట్టండి. ఏదో సరదాగా వచ్చాం ఇక ఇంటికి వెళ్ళిపోతాం" అన్నారు అతని స్నేహితులు.

"వాడితోపాటు మీరు కూడా పదండి" అని జీప్ ఎక్కించి పోలీస్టేషన్ కి తీసుకొచ్చాడు పోలీస్.

ఏం తప్పు చేశారో వాళ్ళకి ఏమీ అర్థం కాలేదు.

అప్పటివరకూ మనసున పూసిన సంతోషమంతా వసివాడిన పూవులా రాలిపోయింది.

కలలో కూడా ఊహించని చోటుకి బలవంతంగా లాక్కురావడం చిన్నారి మనసులను మెలిపెట్టింది.

దినేష్ ని ఇన్ స్పెక్టర్ ముందు నిలబెట్టాడు పోలీస్.

రంగులు పులుముకున్న దినేష్ మొహం భయంతో ఎరుపు రంగును సంతరించుకుంది.

ఇన్స్పెక్టర్ కోపంగా లేచి లాఠీ తీసుకుని దినేష్ వీపు మీద ఒక్కటి వేశాడు.

"అమ్మా" అంటూ అరిచి కింద పడిపోయాడు.

అతనిలోని పసితనం భయంతో, బెంగతో గుక్క పెట్టి ఏడ్చింది.

"వెధవ పని చేసి ఏమీ ఎరగనట్టు ఎంత అమాయకంగా మొహం పెట్టాడో రాస్కెల్" అని తిట్ల దండకం మొదలు పెట్టాడు ఇన్స్పెక్టర్.

తనని ఎందుకు తిడుతున్నాడో అర్థం కాలేదు దినేష్ కి. చిక్కటి అడవిలో తప్పిపోయి తను ఒక్కటే బిక్కుబిక్కుమంటున్నట్టు గా అనిపించింది.

లాఠీ పైకెత్తి దినేష్ మోకాళ్ళ మీద మరొక దెబ్బ వేశాడు.

తల్లి పేగు కదిలేలా "అమ్మా..." అని అరుస్తూ కిందపడ్డాడు. అతని లేత కాళ్లపై లాఠీ దెబ్బ పడింది. తెల్లటి ఒంటిపై ఎర్రని సిందూరంలా.

ఆ పక్కనే ఉన్న దినేష్ తల్లి పరిగెత్తుకుంటూ వచ్చి అతన్ని గుండెలకు హత్తుకుంది. తల్లి మొహం కేసి చూశాడు. అక్కడ అమ్మని చూడగానే కాస్త ధైర్యం వచ్చింది.

"అమ్మా చూడమ్మా...! నన్ను కొడుతున్నారు. కొట్టొద్దని నువ్వన్నా చెప్పమ్మా. నేనేం తప్పు చేయలేదమ్మా. నేను బీచ్ లో రంగుల్లో ఆడుకుంటున్నాను. అంతే నన్ను ఇక్కడికి లాక్కొచ్చారు" అని వెక్కిళ్ళ మధ్యన చెప్పాడు..

దినేష్ తండ్రి కూడా అతని దగ్గరికి వచ్చాడు.

"సార్, మా అబ్బాయిని క్షమించి వదిలేయండి. ఈ ఒక్క తప్పుని మన్నించండి. తప్పుడు పనులు చేయకుండా మేము చూసుకుంటాం" అని కన్నీళ్లతో ప్రాధేయపడ్డాడు.

ఇన్స్పెక్టర్ వెళ్లి కుర్చీలో కూర్చున్నాడు. దినేష్ ని అతని తల్లిదండ్రులు ఓదారుస్తూ పైకి లేపి నిలబెట్టారు.

ఎందరో కఠినాత్ములను శిక్షించిన ఆ కరకు ఖాకీ మనసు ఎందుకు కదిలిందో తెలియదుగాని అతని కళ్ళల్లో కన్నీటి పొర కనబడింది.

దినేష్ తండ్రి అతన్ని చూస్తూ, తన కొడుకు చేసింది చిన్న నేరం అయి ఉండదు అని ఎందుకో అనిపించింది అతనికి.

మెల్లిగా కంఠం సవరించుకుని

"సార్ అసలు ఏం జరిగిందో చెప్పండి. మా వాడు ఏం చేశాడు" అని అడిగాడు.

"నీ పెంపకంలో లోపమో? వాడు పెరిగిన వాతావరణమో, స్నేహితుల ఇన్ఫ్లుయెన్స్ వల్లనో గానీ మీ అబ్బాయి దారుణం చేశాడు.

దినేష్ తండ్రి గుండె వేగంగా కొట్టుకుంది.

"ఏం నేరం సార్. దొంగతనం చేశాడా? అలాంటివి మా ఇంటా వంటా లేవు సార్" అన్నాడు మెల్లగా.

"దొంగతనాలు, దోపిడీలకు మించింది చేశాడు"

"అంతకు మించినదా?" అని ఆ తల్లి దండ్రులు దినేష్ వంక చూసారు.

ఇంకా పొడవు సాగని చిన్న కాళ్లు, గడ్డం మీసం పూర్తిగా మొలవలేదు. చిన్ననాటి పసి ఛాయలు వీడని లేత మొహం. ఇతను అంత పెద్ద నేరం చేశాడా? అనుకుంటూ ఇన్స్పెక్టర్ వంక ఉద్విగ్నంగా చూశారు వాళ్ళు.

"ఒక అమ్మాయి జీవితాన్ని సర్వనాశనం చేశాడు" అన్నాడు ఇన్స్పెక్టర్.

ఒక్కసారి బాంబు పడ్డట్టు అయింది వాళ్ళకి.

గొంతు పెగుల్చుకుంటూ..

"అదేంటి సార్! నిండా 19 ఏళ్లు నిండని పసివాడు. అమ్మాయి జీవితాన్ని ఎలా పాడు చేయగలడు. అసలు వాడికి అన్నం తినడం కూడా రాదు. చాలా అమాయకుడు. ఏ రోజూ ఒంటరిగా బయటికి కూడా పంపించి ఎరగదు వాళ్ళమ్మ. వాడు ఏ ఊరికీ వెళ్ళింది

లేదు .ఎవరితోనూ సరిగ్గా కలిసింది లేదు. వాడు తప్పు చేశాడా? ఎలా సార్ నమ్మటం" అన్నాడు దినేష్ తండ్రి..

"పిల్లలు తల్లిదండ్రుల కళ్ళకి చాలా అమాయకుల్లానే కనిపిస్తారు. ఇల్లు వదిలి బయటకు వెళితే వాళ్ళ విశ్వరూపం బయటకొస్తుంది. వీడు సామాన్యుడు కాదు" అన్నాడు ఇన్స్పెక్టర్ దినేష్ వంక కోపంగా చూస్తూ.

"దయచేసి మా వాడు ఏం చేసాడో చెప్పండి సార్" అన్నాడు దినేష్ తండ్రి వేడుకోలుగా.

దినేష్ స్నేహితులు కూడా అతని చుట్టూ చేరి ఆశ్చర్యంగా చూస్తున్నారు.

దినేష్ నిజానికి చాలా పిరికివాడు. అందరికన్నా భయస్తుడు. ఎప్పుడన్నా కాలేజీ బంకు కొట్టాలన్నా చాలా భయపడతాడు. గోడదూకి క్యాంపస్ బయటికి రావాలన్నా జంకుతాడు. ఎప్పుడూ గ్రూప్ గా ఉంటూ అందరికంటే వెనకే ఉండే దినేష్ నేరం చేశాడంటే వాళ్లు నమ్మలేకపోయారు.

అందరూ ఇన్స్పెక్టర్ వంక ఉత్కంఠ గా చూస్తున్నారు

ఇన్స్పెక్టర్ ఫోన్ తెరిచి ఒక వీడియోని ఆన్ చేసి వాళ్ళ ముందు పెట్టాడు.

అది చూసిన అందరి గుండె ఒక్కసారిగా బద్దలైనట్టు అనిపించింది... దినేష్ తండ్రికి మాత్రం ఈ క్షణం ఇలా ఆగిపోతే బాగుండు, భూమి రెండుగా చీలిపోయి మేమందరం అందులోకి వెళ్లిపోతే బాగుండు, ఆకాశం విరిగి మమ్మల్ని ఎత్తుకు పోతే బాగుండు అనిపించింది. దుఃఖాన్ని దిగమింగుతుంటే గుండె రంపపు కోతకు గురయ్యింది.

బతికుండగానే శరీర భాగాలను ముక్కలు ముక్కలు చేస్తున్నట్టు యమ యాతనగా అనిపించింది.

ఆ వీడియో చూశాక ఎవరికీ ఏం మాట్లాడాలో తెలియలేదు... అతని స్నేహితులు దినేష్ వంక చూశారు. గతంలో అతని పట్ల ఉన్న జాలి ఇప్పుడు వాళ్ళ కళ్ళల్లో లేదు. ఎందుకు చేసావు రా ఈ పని అని వాళ్ళ కళ్ళు అతనిని ప్రశ్నించాయి.

దినేష్ ఆ వీడియో చూసి బొమ్మలా బిగుసుకుపోయాడు. సినిమాల్లో పిచ్చి సీన్లు వచ్చినప్పుడు తల్లి దినేష్ కళ్ళు మూసేది. ఇప్పుడు తన వీడియోని అమ్మ కన్నార్పకుండా చూడాల్సివచ్చింది.

దినేష్ లో దుఃఖం కట్టలు తెంచుకుంది.

"అమ్మా... ఇది నేను కాదు. నేను చేయలేదమ్మా, నాకేం తెలీదు. నీమీద ఒట్టమ్మా. నన్ను నమ్మమ్మా" అని తల్లి కాళ్ళ మీద పడి ఏడ్చాడు దినేష్.

ఆమె చేష్టలు ఉడికి దుఃఖాశ్రువులు కారుస్తూ నిలబడిపోయింది. తన పేగు తెంచుకుని పుట్టిన కొడుకు, తను అన్నం పెడితే గాని తినని కొడుకు ఈరోజు ఒక ఆడపిల్లపై అమానుషంగా అత్యాచారం చేశాడు .అసలు ఇది ఏ తల్లి, ఏ కొడుకు గురించి వినకూడని , చూడకూడని సంఘటన. దీనిపై స్పందించటానికి ఏ మాతృ హృదయానికీ లిపి దొరకదు, భాష చాలదు. హృదయ ఘోష తప్ప.

ఏ కవి వర్ణనలకీ అందని కరుణ రసాత్మకమైన సన్నివేశం.

"చూశారుగా, ఇప్పుడే మంటారు ఆ వీడియోలో ఉన్నది మీ అబ్బాయి కాదంటారా?" అన్నాడు ఇన్స్పెక్టర్ కరకుగా.

దినేష్ తల్లి, తండ్రి ఏం మాట్లాడలేదు. దినేష్ మాత్రం "అది నేను కాదు. నాకు అసలు ఏం తెలీదు. నిజంగా నన్ను నమ్మండి" అని అరిచాడు.

లాఠీ తీసుకుని అతని మోచేతులపై రెండు దెబ్బలు వేశాడు ఇన్స్పెక్టర్.

అమ్మా! అంటూ అరిచాడు దినేష్. అక్కడే ఉన్న ఆ తల్లి హృదయం బాధతో దహించుకుపోయింది.

తన కొడుకు తప్పు చేయలేదని చెప్పటానికి వీలు లేని ఆధారం అక్కడ ఉంది. ఇప్పుడేం చేయాలి, ఏమని చెప్పాలి, మౌనంగా రోదించడం తప్ప ఏమీ చేయలేని పరిస్థితి. అందులోంచి తప్పించుకోవటానికి తామేం ఇన్ఫ్లూయెన్స్ ఉన్నవాళ్లు కాదు. ఒకవేళ ఇన్ఫ్లూయెన్స్ ఉపయోగించాలి అనుకున్నా, అతను చేసిన తప్పు అంత చిన్నది ఏం కాదు.

దినేష్ మీద రేప్ కేసు ఫైల్ చేసి జైల్లో వేశారు. కేసు విచారణకి వచ్చేనాడు అతన్ని కోర్టుకు తీసుకొచ్చారు.

ఫ్రెండ్స్, కాలేజీ మేట్స్ అందరూ కూడా హాజరయ్యారు. అతను ఏం చెబుతాడో వినాలని ఉత్కంఠగా ఎదురు చూస్తున్నారు.

ఎందుకంటే దినేష్ చాలా అమాయకుడు. పసితనం ఇంకా వీడని చిన్న పిల్లవాడు. అతను అలాంటి పని చేసే అవకాశం లేదని అందరి నమ్మకం. కానీ సాక్ష్యం కళ్ళ ముందు ఉంది. తీర్పు ఎలా వెలువడుతుందో చూద్దామని అందరూ ఎదురుచూస్తున్నారు.

అతనితోపాటు నేరస్తులుగా ఆ వీడియోలో ఉన్న నలుగురు ముద్దాయిల్ని కోర్టులో ప్రవేశపెట్టారు. వాళ్ల పక్కన నిలబెట్టారు దినేష్ ని.

వాళ్ళ వయసు దాదాపుగా 25 నుంచి 30 సంవత్సరాల లోపు ఉంటుంది.

వాళ్ళ మొహాల్లో భయంగాని, బెరుకు గాని ఏం కనపడలేదు. తప్పు చేసినందుకు శిక్ష అనుభవిస్తాం అన్నట్టు చాలా ఉదాసీనంగా ఉన్నారు. దినేష్ కు మాత్రం మనసంతా వికలమై పోయింది. కోర్టు హాలులో చుట్టూ చూశాడు

అతన్ని ఎత్తుకుని పెంచిన తాత, మామ్మ, అమ్మమ్మ, తాతయ్య, ప్రాణంగా ప్రేమించే అమ్మా నాన్న, అత్తయ్యలు మామయ్యలు, పిన్నులు బాబాయిలు, వాళ్ళ పిల్లలు అతని బంధువులు అందరూ అక్కడే ఉన్నారు

అందరి కళ్ళు తననే చూస్తున్నాయి, ఒక ముద్దాయిని చూసినట్టు. ఇలాంటి పరిస్థితి తనకు వస్తుందని అనుకోలేదు. అది తన ప్రమేయం లేకుండా ఎలా జరిగిందో అతనికి అర్థం కావట్లేదు. జడ్జ్ గారు సీట్లోకి వచ్చి కూర్చున్నారు. కోర్టు హాలు నిశ్శబ్దంగా మారింది. ఇన్స్పెక్టర్ ఆ వీడియో వివరాలు కోర్టు ముందు సబ్మిట్ చేశాడు.

"ఈ నలుగురి ముద్దాయిలూ మార్చ్ 16 వ తారీఖున రాత్రి 12 గంటల సమయంలో గాజువాక నుంచి విశాఖ బస్ కాంప్లెక్స్ కి వస్తున్న ఆర్టీసీ బస్సులో ఒక 22 ఏళ్ల యువతిని బంధించి, ఆమెను బలాత్కరించి హింసించి, బస్సులోంచి తోసేసి పరారయ్యారు. అందుకు సాక్ష్యం ఈ వీడియో" అని కోర్ట్ ముందు ప్రవేశపెట్టాడు.

కోర్ట్ వారు ఆ వీడియోను నిశితంగా పరిశీలించి బోనులో ఉన్న నలుగురు ముద్దాయిల వంక ఆ వీడియోలో ఉన్న యువకుల వంక పోల్చి చూసుకుని వాళ్లే అని నిర్ధారణకు వచ్చారు.

"మీరే ఈ నేరం చేశారని ఒప్పుకుంటున్నారా?" అని వాళ్ళని ఉద్దేశించి అడిగారు.

దినేష్ తప్ప మిగిలిన ముగ్గురు యువకులు తప్పు చేశామని ఒప్పుకుని తలదించుకున్నారు. దినేష్ మాత్రం "నో సార్, నాకు ఏం తెలీదు .నన్ను నమ్మండి, దయచేసి నమ్మండి ."అని ఏడ్చాడు.

"ఆ వీడియోలో ఉన్నది నువ్వే అని స్పష్టంగా తెలుస్తున్నప్పుడు అది చేయలేదని నువ్వు ఎలా చెప్పగలవు. నువ్వు నిర్దోషి అని ఎలా నిరూపించుకుంటావు" అని అడిగాడు జడ్జి.

దినేష్ ఒక్క క్షణం కళ్ళు మూసుకుని ఆలోచించాడు. ఆ రోజు ఏం జరిగిందో గుర్తుతెచ్చుకున్నాడు.

ఆరోజు ఆదివారం సాయంత్రం గాజువాక లో ఉన్న అతని స్నేహితుడిని కలిసేందుకు బస్సులో వెళ్లాడు దినేష్.

కొంత సేపు అక్కడ వాళ్లతో మాట్లాడాక, పరీక్షకు సంబంధించిన క్వశ్చన్ పేపర్లు ఆన్సర్ చేసి కాసేపు చదువుకున్నాక, వాళ్ళ ఇంట్లో భోజనం చేశాడు. టీవీ చూశాడు. ఆ తర్వాత బయటికి వచ్చి షాప్ కి వెళ్లి వాటర్ బాటిల్ కొనుక్కొని బస్సు ఎక్కాడు.

అప్పుడు రాత్రి తొమ్మిదిన్నర. బస్సులో కూర్చున్నాక రాసుకున్న నోట్స్ ని మరొకసారి తిరగేసుకున్నాడు. దాహంగా ఉంటే మంచి నీళ్లు తాగాడు అంతే అంతకుమించి తనకి ఏమీ తెలియదు. తాటిచట్లపాలెం మీదుగా కాంప్లెక్స్ కి వస్తున్న బస్ రోడ్డుపక్కన తుప్పల్లో సడెన్ గా ఆగింది.

దినేష్ బస్ దిగి ఇంటికి వచ్చి నిద్రపోయాడు. అంతే గుర్తుంది.

అసలు ఇది ఎలా జరిగిందో కూడా దినేష్ కి గుర్తు రాలేదు. కోర్టులో ఆ విషయమే చెప్పాడు.

“నువ్వు ఎక్కిన అదే బస్సులో అత్యాచారం జరిగింది. ఆ నలుగురిలో నువ్వు కూడా ఉన్నావు. కాబట్టి నువ్వు నేరస్తుడివే” అన్నాడు జడ్జి.

“కాదు సార్, నాకేం తెలియదు, నేనేం చేయలేదు. నన్ను వదిలేయండి” దినేష్ సజల నయనాలతో వేడుకున్నాడు.

దినేష్ తండ్రి హృదయం విలవిలాడుతోంది. నా బిడ్డ అమాయకుడు, పసివాడు. వాడికి ఏం తెలియదు, వదిలిపెట్టండి అని అతని గుండె పుత్ర ప్రేమతో కొట్టుకుంది.

“జడ్జి మిగిలిన ముగ్గురు యువకుల వైపు తిరిగి

మీరు ఏం చదువుతున్నారు? ఎక్కడ నుంచి వస్తున్నారు? అసలు అక్కడ ఏం జరిగిందో చెప్పండి” అన్నారు.

అందులో ఒకతను పెదవి విప్పాడు.

“మేము బి టెక్ పూర్తిచేసాం. మాకింకా ఉద్యోగాలు రాలేదు. మేము కాలేజీలో చదివే రోజుల్లో మా క్యాంపస్ పరిసర ప్రాంతాల్లో డ్రగ్స్ సప్లై జరుగుతూ ఉండేది. మాకు ఆ

విషయం తెలిసిన వెంటనే ప్రిన్సిపాల్ కి కంప్లైంట్ చేశాము. క్యాంపస్ కి డ్రగ్స్ రాకుండా చర్యలు తీసుకుంటామని ఆయన మాకు మాటిచ్చారు.

కానీ అది అమలు జరగలేదు. యథేచ్ఛగా కాలేజీలోకి వస్తూనే ఉన్నాయి. దొంగతనంగా స్టూడెంట్స్ కి అమ్ముతూనే ఉన్నారు. మాకు తర్వాత తెలిసింది, కాలేజీ యాజమాన్యానికి సప్లయర్స్ కి ఏవో లింకులు ఉన్నాయని. మేము చేసే పోరాటం వల్ల ప్రయోజనం లేకపోగా, మాకే ముప్పు వాటిల్లుతుందని త్వరలోనే తెలుసుకున్నాం.

ఒకరోజు మేము ఇంటికి వస్తుండగా మాపై గుర్తు తెలియని కొందరు వ్యక్తులు కర్రలతో దాడి చేశారు. ఎందుకు కొడుతున్నారని అడిగితే మీరు చదువుకోవడానికి వచ్చారు.

"చదువుకుని వెళ్లిపోండి, అనవసరం అనే విషయాల్లో కలగజేసుకుంటే ఊరుకునేది లేదు." అని మమ్మల్ని హెచ్చరించారు.

మాకు అప్పుడు అర్థమైంది. ఆ డ్రగ్స్ అమ్మే వాళ్ళ ముఠాకి సంబంధించిన వాళ్ళు మమ్మల్ని బెదిరించారని. అప్పటినుంచి ఆ విషయాల్లో కలగజేసుకోవటం మానేసాం. మా క్లోజ్ ఫ్రెండ్స్ దగ్గర డ్రగ్ ప్యాకెట్లు ఉండటం మేం గమనించాం.

అందులో ఏముంటుంది అని అడిగాం. అందులో మత్తు ఉంటుంది, నిషా ఉంటుంది. ఇది తీసుకుంటే ఆకాశంలో తేలిపోతున్నట్టు మనసు హాయిగా తేలిక పడుతుంది. ఒక్కసారి తీసుకుని చూడమని మాకు ఇచ్చారు. అలా క్రమక్రమంగా మేము వాటికి అలవాటు పడ్డాం. అడపాదడపా ఇంట్లో డబ్బులు తీసుకెళ్లి మాదకద్రవ్యాలు తీసుకోవటం మొదలుపెట్టాం. మేము వాటికి బానిసలు అయ్యాం.

ఆరోజు ఆదివారం ఖాళీగా ఉన్న ఒక బస్సు చూసుకుని మేము ముగ్గురం ఎక్కాం. కొంత దూరం బస్సు వెళ్ళాక, మాకు వాటర్ బాటిల్ కావాలనిపించింది. అటు చూస్తే బస్సులో ఇతను ఒక్కడే ఉన్నాడు. అతని చేతిలో వాటర్ బాటిల్ ఉంది. అతను గాఢ నిద్రలో ఉన్నాడు. మేము ఆ వాటర్ బాటిల్ లో డ్రగ్స్ కలిపి ముగ్గురం తాగాం.

బాటిల్ మళ్ళీ అతని చేతిలో పెట్టేశాం.

ఇంతలో ఒక స్టాప్ వచ్చింది. ఒక అమ్మాయి బస్సు ఎక్కింది. అంతే మా మత్తుమందు ప్రభావమో మరేమో తెలియదు గాని ఆమె పైన విరుచుకుపడ్డాము. బస్సు

డ్రైవర్ వారించబోతే అతన్ని కొట్టి బయటికి నెట్టేసాం. మా ఆలోచనలపట్ల నియంత్రణ కోల్పోయాము.

ఆమెను అలా వీడియో తీసి లైవ్ యూ ట్యూబ్ లో పంపాడు నా స్నేహితుడు. ఇంతలో ఈ కుర్రాడు మేము చేస్తున్న పనిని చూస్తూ మత్తుగా తూలిపోతున్నాడు. ఆ మిగిలిన బాటిల్ లోని డ్రగ్స్ కలిపిన నీళ్ళని ఇతను తాగేసాడు. మేము ఏం చేస్తే అతను కూడా అదే చేశాడు" చెప్పటం ముగించాడు ఆ వ్యక్తి.

జడ్జితో పాటు హాల్లో వున్న అందరూ మౌనంగా ఉండిపోయారు.

దినేష్ తల్లిదండ్రులు లోలోపల రోదించారు. ఇందులోతప్పు ఎవరిది? డ్రగ్స్ విచ్చలవిడిగా సప్లై చేస్తున్నా పట్టించుకోని పోలీసు వ్యవస్థదా?

మాదకద్రవ్యాల తీసుకోవడం హానికరమని తెలిసి కూడా తీసుకుంటున్న విద్యార్థులదా?

ఇందులో తల్లిదండ్రుల బాధ్యత ఎంతవరకు ఉంది? చదువుకుంటానని స్నేహితుడి దగ్గరికి వెళ్లిన కొడుకు ఆ పరిస్థితుల్లో అలా ప్రవర్తిస్తాడని ఏ తల్లిదండ్రుల కైనా ముందు తెలిస్తే ఎంత బావుంటుంది?

ఆ ఘోరం చేసే లోపే కొడుకు కాళ్లు చేతులు నిట్ట నిలువుగా నరికి ఇంట్లో కూర్చో పెడతారు.

సమిష్టి తప్పిదాల వలన నాశనమై పోతున్న జీవితాలు ఎన్నో.

★★★

"వీళ్ళందరి దాడి వలన చనిపోయిన ఆ అమ్మాయి తల్లిదండ్రులని ఓదార్చే వాళ్ళు ఎవరు? జైలు పాలైన ఈ యువకుల జీవితాలను సరిదిద్దే నాథుడేడి? వీటన్నిటికీ కారణం డ్రగ్స్ అని తెలిసిన, వాటిని తుదముట్టించలేని ఒక రహస్య గంభీర వాతావరణం నెలకొనటానికి కారణం ఏమిటి? ఎవరికి వారే ప్రశ్నించుకోవాలి. కలిసి కట్టుగా డ్రగ్స్ భూతంపై పోరాడాలి. ఎవరి జీవితాలను వాళ్ళు కాపాడుకోవాలి. లేకపోతే దినేష్ లా వేదన పడాలి.

తనకు తెలియకుండా తను చేసిన తప్పుకు పన్నెండేళ్లు శిక్ష అనుభవించి బయటకు వచ్చాడు.

మీరందరూ అతనిలా కాకూడదు."

అతని మాటల్ని వింటున్న విద్యార్థులు ఈ డ్రగ్స్ అనే మాట కాలేజీలలో వినబడనీయమని ప్రతిజ్ఞ చేశారు.

ప్రతి కాలేజీలో ప్రతి క్లాస్ రూమ్ కి వచ్చి మాదక ద్రవ్యాల దుష్ఫలితాలను వివరిస్తూ ఊరూరా తిరుగుతున్నాడు. డ్రగ్స్ నియంత్రణ సంస్థ వ్యవస్థాపక అధ్యక్షుడు యాభై ఏళ్ల దినేష్.

స్నేహ బంధం

K. వేణు కిషోర్

జీవితంలో అద్భుతమైన అనుభవాలని, అనుభూతులని పరిచయం చేసేది యుక్త వయస్సు!

ప్రతి ఒక్కరికి యుక్త వయసు రాగానే ఎంజాయ్ చేయాలని, సరదాగా గడపాలని ఉంటుంది. మనం చేసే సరదాలు శృతి మించకుండా ఉంటే బాగుంటుంది.

ఈ వయసులో మనం వేసే అడుగుల మీదే మన జీవితం పూల బాటలా నడుస్తుందో, ముళ్ళ బాటలా నడుస్తుందో తెలుస్తుంది. మంచి జరిగినా, చెడు జరిగినా ఈ వయసులో మనం తీసుకునే నిర్ణయాలపై ఆధారపడి ఉంటుంది.

అందుకే యుక్త వయసు అనేది ప్రతి ఒక్కరికి అతి ముఖ్యమైన దశ! ఈ దశలో మనం కష్టపడితే జీవితం అందమైన బృందావనంలా ఉంటుంది.

ఇక కథలోకి వెళ్దాం!

అదొక పెద్ద ఇంటర్ కళాశాల. ఆ కళాశాల చరిత్రలో నిలిచిపోయేలా చేసిన పూర్వ విద్యార్థులందరూ ఆ రోజు కలుసుకుంటున్నారు.

ఆ ప్రదేశమంతా చాలా హడావిడిగా ఉంది. ఒకవైపు వేదికని పువ్వులతో అలంకరిస్తున్నారు. వేదిక మీద పెద్దలు కూర్చోవడానికి వీలుగా కుర్చీలు వేసి దాని ముందు ఒక టేబుల్ వేసి దాని పైన మంచి వస్త్రం వేసి పుష్ప గుచ్ఛాలు పెట్టారు.

వేదిక క్రింద అందరూ కూర్చోవడానికి కుర్చీలు సిద్ధం చేస్తున్నారు. మరోప్రక్క వచ్చేవాళ్ళకి ఇవ్వడానికి శీతల పానీయాలు, తినుబండారాలు ఏర్పాటు చేస్తున్నారు.

ఎవరికి ఏ విధమైన ఇబ్బంది కలగకుండా ఆ ఊర్లోనే ఉన్న ఇద్దరు పూర్వ విద్యార్థులు శేఖర్, కిషోర్ ఏర్పాట్లు చూసుకుంటున్నారు. దూరం నుంచి వస్తున్న స్నేహితులందరికి వాళ్ళ ఇంట్లోనే ఫ్రెష్ అవ్వడానికి అన్ని అక్కడ సిద్ధం చేశారు.

అక్కడ నుంచి కళాశాల వరకు స్నేహితులు అందరూ రావడానికి బస్సు కూడా మాట్లాడారు. అన్ని సిద్ధం అయిన సమయానికి బస్సు వచ్చి ఆగింది.

బస్సు ఆగిన వెంటనే బిల బిల మంటూ చిన్నపిల్లల్లా దిగిపోయారు. ఆరుగురు అబ్బాయిలు మోహన్, రవి, కృష్ణ, సురేష్, గిరి, చందు; ఆరుగురు అమ్మాయిలు లత, స్వాతి, కీర్తన, కమల, మౌనిక, రమ్య !

అక్కడే ఉన్న శేఖర్ ని, కిషోర్ ని చూస్తూ దగ్గరగా వెళ్లి అందరూ చుట్టూ తిరుగుతూ అబ్బాయిలు ఒక్కసారిగా వాళ్ళిద్దరినీ పైకెత్తేసారు.

అమ్మాయిలు పక్కన నిలబడి వాళ్ళను చూసి నవ్వుకుంటున్నారు. వాళ్లని అలా చూడగానే ఒక్కసారిగా వాళ్ల యుక్త వయసుకు వెళ్లిపోయినంత ఆనందం కలిగింది.

అందరు మొహాల్లోనూ సంతోషం తాండవమాడుతోంది. ఒక పక్క నుంచి శేఖర్, కిషోర్ ఇద్దరు “ఒరేయ్ కిందకు దించండి రా” అంటూ అరుస్తున్నారు.

మిగతా వాళ్ళందరూ వాళ్ళ మాటలు పట్టించుకోకుండా ఇంకా పైకి ఎగరేసి పట్టుకుంటూ “మమ్మల్ని అందరినీ ఈ స్థాయిలో నిలబెట్టిన మిమ్మల్ని ఇద్దరినీ ఇలా పైకెత్తడం తప్పు కాదురా” అంటూ నెమ్మదిగా కిందకు దించారు.

కిందకి దిగిన శేఖర్ “ఒరేయ్! మీరు ఇలా మోసేస్తానంటే మేమిద్దరం ఇక్కడ అసలు ఉండము, మీరే పార్టీ చేసుకోండి” అంటూ వెళ్లిపోబోయాడు.

శేఖర్ ఆ మాట అనగానే వెనుక ఉన్న అమ్మాయిలందరూ ముందుకు వచ్చి “నువ్వు అలా అనొద్దు శేఖర్, వాళ్ళు చెప్పింది నిజమే కదా! సరే ఇంకెప్పుడు అలా చెప్పరులే పదండి అక్కడ మన గురువులు అందరూ ఎదురు చూస్తున్నారు” అన్నారు...

అమ్మాయిల మాటలకు సర్దుకుని అందరూ కలిసి వేదిక దగ్గర ఉన్న తమకు చదువు చెప్పిన గురువుల దగ్గరికి వెళ్లి అందరికీ పాదాభివందనం చేశారు.

మొదటి నుంచి వీళ్ళని చూస్తున్న సంస్కృతం బోధించే శాస్త్రీ గారు సంతోషంతో అందరినీ దగ్గరికి తీసుకొని “ఎలా ఉన్నారు రా! మిమ్మల్ని చూసి దాదాపు ఐదు సంవత్సరాలు దాటిపోయినట్టుంది!? అందరూ బాగానే ఉన్నారా?” అని అడిగారు.

మిగిలిన వాళ్ళందరూ కూడా మాది కూడా అదే ప్రశ్న అన్నట్టు వీళ్ళని చూస్తున్నారు.

"మేమందరం బాగానే ఉన్నాం గురువుగారు" అని చెప్తూ శేఖరుని, కిషోర్ ని చూపిస్తూ, "వీళ్ళిద్దరూ ఉండగా మాకెవ్వరికీ ఎలాంటి ఇబ్బంది కలగదు" అని చెప్పాడు మోహన్.

ఆ మాటకి ఆయన నవ్వుతూ..." నువ్వు చెప్పింది కూడా నిజమేలే" అన్నారు.

ఆయన కూడా అదే మాట అనేసరికి వెంటనే "మీరు కూడా అలాగే అంటారేంటి సార్! వాళ్ళందరూ కష్టపడుతున్నారు, అందుకు ఫలితం కూడా అనుభవిస్తున్నారు. ఇందులో మేము చేసేదేముంది?" అన్నాడు శేఖర్.

ఇదంతా చూస్తున్న అక్కడ ఉన్న కొత్త విద్యార్థులకు అసలు ఏమీ అర్థం కాలేదు. స్నేహితులందరూ వాళ్ళిద్దర్నీ అంతలా ఎందుకు మెచ్చుకుంటున్నారో? గురువులు కూడా వాళ్ళకి ఎందుకు సపోర్ట్ చేస్తున్నారో? తెలియలేదు.

ఒకరి మొహాలు ఒకరు చూసుకుంటూ తెల్ల మొహం వేసుకుని నిలబడ్డారు. ఈ విషయం గురించి వాళ్లకు ఎవరు చెప్తారా అని చూస్తున్నారు.

విద్యార్థులు మొహం లో కనిపించిన సందేహాలను గమనించిన శాస్త్రీ గారు "ఏమిటట్రా మీరంతా అలా చూస్తున్నారు, ఇక్కడ ఏం జరుగుతుందో? మీకు ఏమీ అర్థం కావడం లేదా!" అన్నారు.

ఎప్పుడూ కొంచెం గంభీరంగా ఉండే శాస్త్రి గారు అలా మాట్లాడేసరికి వాళ్లకు నోట్లోంచి మాట రాక తలలు నిలువుగా ఊపారు.

"నేను మాట్లాడుతుంటే బుర్రలు ఊపుతారేంట్రా, విషయం చెప్పండి?" అని ఆయన అడిగేసరికి తుళ్ళిపడి ఒక్కసారిగా అందరూ "అవును గురువుగారు" అన్నారు.

ఆయన వెంటనే "ఒరే! మోహన్ వీళ్ళందరికీ మీ కథ చెప్పరా!" అని పిలిచారు.

ఇప్పుడు ఎందుకు గురువుగారు అని అన్నాడు కిషోర్.

"నువ్వు నోరు ముయ్యి రా! నిన్ను కాదు కదా నేను చెప్పమన్నది అంటూ నువ్వు చెప్పరా మోహన్" అన్నారు.

గురువుగారు చెప్పింది విన్నాక వాళ్ళందరినీ అక్కడ కుర్చీలో కూర్చోమని చెప్పి వేదికను ఆనుకుని నిలబడి వాళ్లకు చెప్పడం మొదలుపెట్టాడు మోహన్.

"మేమందరం ఈ కళాశాలలో ఇంటర్ మొదటి బ్యాచ్! అసలు ఎవరు కూడా మేము పాస్ అవుతామని నమ్మలేదు. అంత అల్లరిగా తిరిగేవాళ్లం. మా జీవితంలో మా

స్నేహితులిద్దరూ చేసిన పని వల్ల మేమందరం ఈరోజు ఈ స్థాయిలో ఉన్నాం"అన్నాడు మోహన్..

అక్కడ కూర్చున్న వాళ్ళలో ఒక కుర్రాడు లేచి "ఇలా కాదన్నా! అసలు ఏం జరిగిందో వివరంగా చెప్పండి" అన్నాడు.

ఆ కుర్రాడు అలా అడిగేసరికి అక్కడున్న పూర్వ విద్యార్థులందరూ ఒక్కసారి ఐదు సంవత్సరాలు వెనక్కి వెళ్లిపోయారు.

మనం కూడా వెళ్దాం రండి!

★★★

ఆరోజు ఆ మారుమూల పల్లెలో ఒక ఇంటర్ కళాశాల ప్రారంభోత్సవం. ఆ చుట్టుపక్కల ఉన్న పల్లెల్లో ఉన్నవాళ్లందరూ అక్కడే ఉన్నారు.

ఆ పల్లెటూర్లకి సరైన రోడ్డు మార్గమే లేదు. అలాంటిది అక్కడ అంత పెద్ద కళాశాల కట్టి దాని ప్రారంభం చేస్తుంటే అందరూ వింతగా చూస్తున్నారు.

ఆ కళాశాలలో చేరింది కూడా పద్నాలుగు మంది. వాళ్లకి అదే వింతగా ఉంది. అంత తక్కువ మందితో కళాశాల ఎలా నడుపుతారో వాళ్లకి అర్థం కాలేదు.

వాళ్లకు తెలియని విషయం ఏంటంటే, ఏదైనా సరే విత్తునుంచే మొదలు అవ్వాలి కానీ మొదటే చెట్టవ్వదు కదా!

ఇక్కడ ఈ హడావిడి జరుగుతుండగా ఇందులో చేరబోయే విద్యార్థులు ఏం చేస్తున్నారో చూద్దాం!

"ఒరేయ్ మోహన్, ఇంకా ఎంతసేపు తయారవుతావ్ రా, అక్కడ అప్పుడే కళాశాల ప్రారంభోత్సవం అయిపోయి ఉంటుంది.

మనకి పదవ తరగతిలో వచ్చిన మార్కులుకి ఎక్కడ సీటే రాదనుకుంటే మన అదృష్టం కొద్దీ మన ఊర్లోనే కొత్తగా ఇంటర్ కళాశాల పెట్టడం వల్ల మనకు సీట్లు వచ్చాయి. ఇంకా నువ్వు ఇలాగే ముస్తాబవుతూ కూర్చుంటాను అంటే నేను, కిషోర్ వెళ్ళిపోతాము. నువ్వు నెమ్మదిగా రా!" అన్నాడు శేఖర్.

"ఒరేయ్! నువ్వే అలా అంటే ఎలా రా శేఖర్. ఈరోజు మన కళాశాలలో మనతో పాటు అమ్మాయిలు కూడా ఉంటారు రా. ఇన్నాళ్ళు మగ పిల్లల స్కూల్లోనే చదివాము.

ఇప్పుడు అలా కాదురా అమ్మాయిలు, అబ్బాయిలు కలిసి చదువుతాం. ఈ మాత్రం కూడా ముస్తాబవకపోతే ఎలారా? వాళ్లు మనల్ని చూడొద్దు!!" అన్నాడు మోహన్.

"మనం చదివింది మగ పిల్లలు స్కూల్లోనే అయినా నువ్వు పక్కన ఉన్న ఆడపిల్లల స్కూల్ కి వెళ్లడం మేము చూడలేదు అనుకుంటున్నావా! నువ్వు అప్పుడు కూడా ఇలాగే చేసేవాడివి. ఇంక చాలు రా... పద వెళదాం" అన్నాడు కిషోర్.

అబ్బా! మీరు మారరు రా "మీకు తెలీదు నేను చెప్తే అర్థం చేసుకోరు" అని విసుక్కుంటూ పదండి అన్నాడు మోహన్.

అలా మాట్లాడుకుంటూ పుస్తకాలు తీసుకొని వాళ్ళు ముగ్గురు సైకిల్ మీద బయలుదేరారు. వీళ్లకు మధ్య దారిలో రవి, కృష్ణ కూడా కలిశారు.

ఆ ఐదుగురు సైకిళ్ళ మీద కళాశాల దగ్గరికి చేరుకున్నారు వీళ్ళు వెళ్లేసరికి ప్రారంభం అయిపోయి అందరూ లోపలికి వెళ్తున్నారు. వీళ్ళు కూడా గబగబా సైకిలు పక్కన పెట్టేసి చుట్టూ చూస్తూ కళాశాలలోకి కాలు పెట్టారు.

ఇంతలో ఒక పక్క నుంచి గబగబా నడుచుకుంటూ వస్తున్న లతా, మోహన్ ని గుద్దుకొని పడిపోయింది. వెంటనే మోహన్ "అయ్యో అలా పడిపోయారు ఏంటండీ? మెల్లిగా లేవండి" అని చెయ్యందించబోయాడు.

"మీరే పడేసి మీరే సానుభూతి చూపించి లేవదీస్తారా?" అంటూ కోపంగా అడిగింది కీర్తన.

'అయ్యో నేనేమి పడేయలేదండి, ఆ అమ్మాయి నన్ను గుద్దుకొని పడిపోయింది' అన్నాడు అమాయకంగా మోహన్.

కీర్తన సహాయంతో పైకి లేచిన లత కూడా, అవునే... అతని తప్పేం లేదు. నేనే గబగబా వస్తూ గుద్దుకొని పడిపోయాను. అతను నాకు సాయం చేయాలనుకున్నాడు అని చెప్పింది.

ఆ మాట విన్న వెంటనే "సారీ! అండీ నా స్నేహితురాలు కింద పడిపోయేసరికి కోపంలో అలా అనేసాను. ఏమీ అనుకోకండి" అంది కీర్తన.

"అయ్యో పర్వాలేదండి, ఇందులో అనుకోడానికి ఏముంది. మీకు అంత కోపం వచ్చిందంటే మీరిద్దరూ ప్రాణ స్నేహితులయి ఉంటారు" అన్నాడు మోహన్.

అవునండి," మేమిద్దరం చిన్నప్పటినుంచి స్నేహితులం. పదవ తరగతి వరకు ఒక దగ్గర చదువుకున్నాం. ఇంటర్ కి వచ్చేసరికి వేరే అయిపోతామేమోనని భయపడ్డాం. కానీ అదృష్టవశాత్తు ఇద్దరికీ ఇక్కడే సీటు వచ్చింది" అన్నది లత.

అలా మాట్లాడుకుంటూ అందరూ లోపలికి వెళ్లారు. మోహన్ తన స్నేహితులను నలుగురిని కూడా వాళ్లకు పరిచయం చేశాడు.

కాసేపట్లోనే వాళ్ళందరూ మంచి స్నేహంగా కలిసిపోయారు. సురేష్, గిరి, చందు, స్వాతి, కమల, మౌనిక, రమ్య వీళ్ళు కూడా వచ్చి వాళ్ళని వాళ్ళు పరిచయం చేసుకొని కలిసిపోయారు.

ఆ కళాశాల కొత్తగా మొదలు పెట్టడం వలన ఒకటే గ్రూప్ ఉంది. వీళ్ళందరూ ఒకే బ్యాచ్, ఒకే గ్రూప్! మొదటి రోజు కావడం వలన అందర్నీ ఒకరికొకరిని పరిచయం చేసి, గురువులు కూడా వాళ్ళని వాళ్ళు పరిచయం చేసుకొని ఆ రోజుకి ముగించారు.

★★★

ఆ మరుసటి రోజు నుంచి యథావిధిగా క్లాసులు చెప్పడం మొదలుపెట్టారు. తక్కువ మంది విద్యార్థులు ఉండడం వల్ల గురువులకు కూడా బోధించడం సులువుగా ఉండేది.

గురువులు ఎంత బాగా బోధించినా, చదవాల్సింది విద్యార్థులే కదా! అందరూ కూడా అంతంత మాత్రం చదువులు ఉన్నవాళ్లే!

విద్యార్థులందరికీ తెలివితేటలు ఉన్నా, వాళ్ళ ఊర్లో చదవడానికి సరైన సదుపాయాలు లేక పదవ తరగతి వరకు అలా నెట్టుకొచ్చేసారు.

ఇంటర్ నుంచి అలా కుదరదు కదా! వీళ్లకు మొదటి నుంచి సరదాగా అల్లరి చిల్లరగా తిరగడం అలవాటు అయిపోయి కళాశాలలో కుదురుగా ఉదయం నుంచి సాయంత్రం వరకు కూర్చోవడం చాలా ఇబ్బందిగా ఉండేది.

అందులోనూ అప్పటివరకు వాళ్లు చదివింది మగ పిల్లల స్కూల్లో అవ్వడం వలన, వాళ్ళు టీనేజ్ లో ఉండడం వల్ల వాళ్ళ క్లాసులో ఉన్న ఆడపిల్లలకి ఆకర్షితులు అయ్యేవారు.

అటు ఆడపిల్లలు కూడా అదే పరిస్థితి. వాళ్లు కూడా అప్పటివరకు బాలికల స్కూల్లోనే చదివారు. అందువల్ల వాళ్లకు కూడా టీనేజ్ ఆకర్షణ ప్రభావం ఉండేది.

మగ పిల్లలందరిలోకి శేఖర్, కిషోర్ వీళ్లిద్దరే... ఇలాంటి ప్రభావానికి లొంగకుండా కుదురుగా ఉండేవారు. మిగతా వాళ్ళకి వాళ్ళు చెప్పినా, వాళ్ళ మాట పెడ చెవిన పెట్టేవారు.

అంతేకాకుండా మగపిల్లలు, ఆడపిల్లలు కూడా ఒకరినొకరు ఆకర్షించుకునేలా ప్రతిరోజు అందంగా తయారవడం, రంగురంగుల దుస్తులు వేసుకోవడం ఇలాంటివన్నీ చేసేవారు.

ఆ చుట్టుపక్కల అది కొత్తగా పెట్టిన కళాశాల అవడం వలన, కళాశాల యాజమాన్యం ఎంత చెప్పినా వినకుండా రాజకీయ పలుకుబడితో దాని బయట చిన్న చిన్న పాన్ షాపులు కూడా పెట్టారు.

ఆ పాన్ షాప్ లో ఉన్న కుర్రాడు మోహన్ వాళ్ళని మంచి మాటలతో మచ్చిక చేసుకుని వాళ్లకి చెడు వ్యసనాలను కూడా అలవాటు చేశాడు.

వాళ్లు కూడా అదేదో పెద్ద ఘనకార్యం లాగా భావించేవారు. అంతే తప్ప దానివల్ల ముందు ముందు వచ్చే విపత్తులు వాళ్లకు అర్థమయ్యేవికావు. శేఖర్, కిషోర్ చెప్పినా వినిపించుకునే వారు కాదు.

ఇలాగే మగపిల్లలందరూ కొత్త పుంతలు తొక్కుతూ ఇంటర్ మొదటి సంవత్సరం అత్తెసరు మార్కులతో పాసయ్యారు. ఒక్క శేఖర్ కి, కిషోర్ కి మాత్రమే మంచి మార్కులు వచ్చాయి.

అమ్మాయిలు మిగతా విషయంలో ఎలా ఉన్నా, పరీక్షల్లో మాత్రం మంచి మార్కులు వచ్చాయి. అలా నెమ్మదిగా మొదటి సంవత్సరం అయిపోయింది అనిపించారు.

రెండవ సంవత్సరం మొదలైంది. వీళ్లు రెండవ సంవత్సరానికి వచ్చేసరికి ఆ కళాశాలలో మొదటి సంవత్సరంలో కూడా కొంతమంది విద్యార్థులు చేరారు.

అప్పుడు ఇంక వీళ్ళు సీనియర్లు అయిపోయారు అన్న గర్వంతో వాళ్లని ఏడిపిస్తూ ఉండేవారు...

అలా ఒక రోజు మోహన్, గిరి, రవి ఒక అమ్మాయిని ఏడిపిస్తుండగా వాళ్ల నాన్న ఆకస్మికంగా కళాశాలకు వచ్చి వీళ్లను చూసి పోలీసులకు ఫిర్యాదు చేస్తానంటూ వెళ్ళబోయాడు.

మోహన్ వాళ్ళు ఆయన మాటలకి భయంతో బిక్క చచ్చిపోయారు.

ఇక్కడ బయట జరిగేది ఏది తెలియని శేఖర్, కిషోర్ లోపల కూర్చుని చదువుకుంటున్నారు. అప్పుడు కృష్ణ పరుగు పరుగున వాళ్ళ దగ్గరికి వచ్చి జరిగిందంతా చెప్పాడు.

వెంటనే వాళ్ళిద్దరూ బయటికి పరిగెత్తుకు వెళ్లి ఆ అమ్మాయి వాళ్ళ నాన్నగారిని బ్రతిమాలారు.

ఆయన వినకపోతే కాళ్లు పట్టుకొని "మీరు ఇప్పుడు పోలీసులకు ఫిర్యాదు చేస్తే నా స్నేహితుల జీవితం పాడైపోతుంది. ఇంకెప్పుడు వాళ్ళు ఎలాంటి తప్పులు చేయకుండా మేం చూసుకుంటాం" అంటూ కన్నీళ్ళతో వేడుకున్నారు. స్నేహితుల కోసం వాళ్ళిద్దరూ పడుతున్న తపనను చూసి ఆయన మనసు చలించిపోయింది.

వాళ్ళిద్దరినీ లేపి "మీలాంటి స్నేహితులు ఉండడం వాళ్ళ అదృష్టం అని పొగిడి, ఇక్కడ జరుగుతున్నదంతా తెలిసి నా కూతుర్ని కళాశాల నుంచి తీసుకువెళ్లిపోదామని వచ్చాను, కానీ మిమ్మల్ని చూశాక ఆ పని చేయాలనిపించట్లేదు. ఎవరికైనా సమస్యలు వచ్చినప్పుడు మీలాంటి స్నేహితులు ఉంటే ఆ సమస్యలు వెంటనే తీరిపోతాయి"..

మీరు సరదాగా ఏడిపించడం వరకు పరవాలేదు కానీ అది శృతిమించితే మీ జీవితాలు నాశనం అయిపోతాయి.

ప్రతి చోట మీ స్నేహితులు మీకు తోడుండకపోవచ్చుఅందుకని ఇప్పటికైనా ఈ టీనేజ్ లో ఉండే సరదాలు, కోరికలు తగ్గించుకొని బుద్ధిగా చదువుకోండి" అని చెప్పారు.

ఆయన మాటలకి "మమ్మల్ని క్షమించండి. ఇంకెప్పుడు ఇలాంటి తప్పులు చేయము. అంతేకాదు ఈరోజు నుంచి మా చెడు వ్యసనాలను కూడా మేము మానుకుంటాము" అని చెప్పాడు మోహన్.

అదే రోజు సాయంత్రం ఎవరికీ చెప్పకుండా మోహన్, లతా వెళ్ళిపోయి పెళ్లి చేసుకుందాం అని కూడా అనుకున్నారు. కానీ ఉదయం జరిగిన సంఘటన వల్ల వాళ్ళలో మార్పు వచ్చి ఆ నిర్ణయాన్ని మార్చుకున్నారు.

ఇంకా అప్పటినుంచి బుద్ధిగా చదువుకుంటూ ఇంటర్మీడియట్ రెండవ సంవత్సరం స్నేహితుల ప్రోత్సాహంతో రాష్ట్ర స్థాయిలో మంచి మార్కులతో పాసై ఎంసెట్ రాసి ఇంజనీరింగ్ లో కూడా మంచి కళాశాల లో సీటు సంపాదించుకున్నారు.

ఇదీ జరిగింది. ఆ తర్వాత మా చదువులు ఎక్కడ నిర్లక్ష్యం చేయలేదు. మేమందరం ఇంజనీరింగ్ ఒక్కొక్కరు ఒక్కొక్క దగ్గర పూర్తి చేసుకుని క్యాంపస్ ఇంటర్వ్యూలో ఉద్యోగాలు కూడా సంపాదించుకున్నాము.

"మేమందరం మా స్నేహితులు చేసిన మేలు వలన బాగానే చదువుకున్నాం. కానీ నా స్నేహితులిద్దరి కుటుంబ పరిస్థితుల దృష్ట్యా వారి చదువు ఆగిపోవాల్సి వచ్చింది."

మా స్నేహితులిద్దరూ చదువు మానేసినా కూడా మా అందరి దగ్గరికి వచ్చి కలిసి మమ్మల్ని ప్రోత్సహిస్తూ, మాకు ఏదైనా అవసరమైతే సాయం చేస్తూ మమ్మల్ని ఈ స్థాయికి తీసుకొచ్చారు.

"మమ్మల్ని కూడా సొంత చెల్లెళ్ళలా చూసుకుంటూ మాకొచ్చిన సమస్యలు తీర్చేవారు అని అమ్మాయిలందరూ అన్నారు."

ఆ కథ విన్న కొత్త విద్యార్థులు కూడా "అన్నా! మీలాంటి స్నేహితులు ఉంటే చాలామంది జీవితాలు సరైన మార్గంలో గమ్యం దిశగా అడుగులు వేస్తారు" అని శేఖర్ ని, కిషోర్ నీ ఎత్తుకుని తిప్పారు.

"విద్యార్థుల ఆనందం చూసిన గురువులు ఇలాంటి విద్యార్థులకు పాఠాలు బోధించడం మన అదృష్టం అనుకున్నారు.."

ఎగిరే గువ్వా...నీ పయనమెటు?

సుధా కళ్యాణి ఆచంట

రైలు కిటికీ నుండి బయటికి తొంగి చూస్తున్న అపర్ణ "ధబ్" మన్న శబ్దానికి ఉలిక్కిపడింది. ఎవరో చంటి బిడ్డ తల్లి, తన సామాను పైన పెట్టబోతుంటే చేజారినట్టుంది. ఆ బిడ్డకి ఏడాదిన్నర ఉంటుందేమో, ఆ పాప కూడా తల్లి లాగే లోతుకుపోయిన కళ్ళతో నీరసంగా ఉంది.

ఎదురు బెర్త్ లో 60-70 ఏళ్ళ పెద్ద వయసు జంట, వాళ్ళల్లో వాళ్ళు మాట్లాడుకుంటున్నారు. ఆ పక్క సైడ్ బెర్త్ దగ్గర చలాకీగా ఉన్న ముగ్గురు టీనేజ్ అమ్మాయిలు కబుర్లు చెప్పుకుంటున్నారు.

మొత్తానికి రైలులో, అపర్ణ చుట్టుపక్కలంతా ఎంతో సందడిగా ఉంది, రక రకాల ఆలోచనలతో ఉక్కిరి బిక్కిరవుతున్న తనలాగే!

రైలు ముందుకు వెళుతుంటే తన ఆలోచనలు వెనక్కి పరుగులు తీస్తూ గతంలోకి వెళ్ళాయి.

★★★

ఆ రోజు అపర్ణ డిగ్రీ కాలేజీలో చేరిన మొదటి రోజు. సీతాకోక చిలుకల్లా అమ్మాయిలు, తూనీగల్లా అబ్బాయిలు ఆడిటోరియంలో తిరుగుతున్నారు. ఫ్రెషర్స్ పార్టీ సందర్భంగా అంతా సందడిగా, హడావిడిగా ఉంది.

ఇంతలో ఎక్కడి నుంచో, ఓ అబ్బాయి అపర్ణదగ్గరకు వచ్చి "అసలు మీకు కొంచెం అయినా మానవత్వం ఉందా అండీ?? అసలే చారడేసి కళ్ళతో మాయ చేసేస్తూ, దానికి తోడు ఈ గులాబీ రంగు చుడిదార్ ఒకటి!! మీరలా అటు ఇటు తిరిగేస్తుంటే మా వాళ్ళు ఒక్కొక్కరుగా స్పృహ కోల్పోతున్నారు. వాళ్ళకోసమే ఇన్ని గ్లాసుల మంచి నీళ్ళు తీసుకెళుతున్నాను" అని అన్నాడు. తన చేతిలో ఉన్న ట్రే లో ఓ పది మంచి నీళ్ళ గ్లాసులు ఉన్నాయి!!

ఏం సమాధానం చెప్పాలో తెలియక తత్తరపడుతుంటే, అపర్ణ స్నేహితులు సుజాత, దీప్తి మెల్లగా తనను పక్కకు తీసుకెళ్ళిపోయారు. ఓ పక్క అతను ఇంకా ఏదో చెపుతున్నా, వెళుతూ వెళుతూ అతని వంక చూసింది. తన కళ్ళల్లో, నవ్వులో ఏదో చిలిపితనం దూరం నుంచైనా తెలుస్తూనే ఉంది.

గుండె జల్లుమంది అపర్ణకి!!

★★★

ఆ మర్నాటి నుంచే క్లాసులు మొదలు పెట్టేసారు. నోట్సులని, ల్యాబ్ వర్క్ అని చాలా హడావిడిగా రోజులు గడిచిపోతున్నాయి. ఎంతో ఇష్టంతో, మెరిట్ తో ఆ కాలేజీలో సీట్ సాధించుకుంది అపర్ణ. మధ్య మధ్య ఆట విడుపుగా స్నేహితురాళ్ళంతా సినిమాలకు, షాపింగ్ కి వెళ్ళేవారు.

ఓ నెల రోజులయ్యిందో లేదో, మళ్ళీ ఆ అబ్బాయి కనిపించాడు. వేరే సెక్షన్ కావడంతో బ్రేక్ టైములో అటు ఇటు వెళుతున్నప్పుడు అపర్ణని కిటికీలో నుండి చూస్తూ వెళ్ళే వాడు. అతని పేరు "కిషోర్" అని తెలిసింది. రాను రాను ఆ కళ్ళతో పలకరింపులు మరీ ఎక్కువవుతుంటే గట్టిగా నిలదీయాలనుకునేది అపర్ణ.

ఓ రోజు, అన్ని సెక్షన్ వాళ్ళకి కలిపి కొత్తగా వస్తున్న "సాంకేతికతపై" క్లాసు పెట్టారు. అప్పుడు కూడా అదే చిలిపి పలకరింపులు!! ఒళ్ళు మండి నిలదీద్దామని అతని దగ్గరగా వెళ్ళిపోయింది అపర్ణ.

ఇంతలో బయట ఏదో హడావిడి. విద్యార్థులంతా ఒక్కొక్కరుగా చూడటానికి వెళ్ళగా, అక్కడ బక్కపలచగా ఉన్న ఒక విద్యార్థి ఫిట్స్ వచ్చి కొట్టుకున్నాడు. నురగలు కూడా నోట్లో నుంచి కొద్ది కొద్దిగా వస్తున్నాయి. అందరూ కంగారు పడుతూ నిలుచున్నారు. కిషోర్ మాత్రమే ముందుకు వచ్చి, చేతిలో తాళాలు పెట్టి గాలి ఆడటానికి అందరిని దూరం జరగమన్నాడు. తన మాటలతో ఆ అబ్బాయికి ధైర్యం చెప్పాడు.

కాసేపటికి ఆ విద్యార్థి కొంచెం తేరుకున్నాక, తానే స్వయంగా ఎత్తుకుని ఫస్ట్ ఎయిడ్ రూమ్ లోకి తీసుకువెళ్ళాడు. ఆ తర్వాత ఆ అబ్బాయి మెల్లగా కోలుకున్నాడు.

కాలేజీలో ఆ తర్వాత కొన్ని రోజులు, ఎవరి నోట విన్నా సమయానుకూలంగా స్పందించిన కిషోర్ విషయమే మారు మోగింది. అపర్ణ మనసులో కూడా అతని ఆలోచనలే మారుమోగాయి!!

ఈ పరిస్థితి తనకి కొత్తగా, గమ్మత్తుగా వుంది!!

ఆ తర్వాత, కిషోర్ ని ఎప్పుడు చూసినా తనలో కలవరం మొదలయ్యేది. చూపులు కలుసుకున్న ప్రతి సారి గుండె జల్లుమనేది. కళ్ళతోనే మాట్లాడుకునే వారు. ఎవరూ పక్కన లేకుంటే, బోలెడన్ని కబుర్లు చెప్పుకునేవారు. ఏ రోజయినా ఒకరికొకరు కనపడకుంటే ఉక్కిరి బిక్కిరి అయిపోయేవారు. కేవలం మూడు నెలల్లోనే మానసికంగా ఎంతో దగ్గరయ్యారు.

ఒకరోజు అపర్ణ కాలేజీకి వచ్చేసరికి అంతా గగ్గోలుగా ఉంది. డిగ్రీ ఆఖరి సంవత్సరంలో ఉన్న ఒక అమ్మాయి ఆత్మహత్యా ప్రయత్నం చేయబోతే, సమయానికి ఎవరో చూసి ఆపారట. ఆ అమ్మాయి కాలేజీలోనే ఎవరినో ఇష్టపడిందని, కానీ తల్లి దండ్రులు చదువైపోగానే బంధువుల్లో ఒకరినిచ్చి పెళ్లి చేసే ఆలోచనల్లో ఉన్నారని తెలిసి ఇలా తొందరపడిందని విద్యార్థులు, టీచర్స్ కథలు కథలుగా మాట్లాడుకుంటుంటే తెలిసింది.

ఆ తర్వాత, కిషోర్ ని ఎప్పుడు చూసినా అపర్ణ మనసులో కలవరమే, కానీ అది బిడియం వల్ల కాక భయం వల్ల కలిగే కలవరం!! ముందు ముందు తమ పరిస్థితి అంతే అని అనుకోసాగారు!! కిషోర్ కొంత పర్వాలేదు కానీ, అపర్ణ పరిస్థితి రోజుకొకలాగా ఉండేది. ఎపుడూ, తమ విషయంలో ఏం చేయాలి అన్న ఆలోచనలే!!

ఈ ఆలోచనల్లోనే, మొదటి సెమిస్టరు పరీక్షలు వచ్చేసాయి. ఎంతో బాగా చదివే అపర్ణకు అతి కష్టం మీద ఫస్ట్ క్లాస్ వచ్చింది. కిషోర్ కొంత మెరుగు, అయినా అతను కూడా వెనుకపడ్డాడు!!

అంతకు ముందు విడిగా ఎపుడు కలుసుకున్నా, చిలిపి ముచ్చట్లు దొర్లే వారి మధ్య, ఇప్పుడు అంతా మౌనమే!

★★★

ఒక రోజు అపర్ణ కాలేజీ కి వచ్చినపుడు చాలా ఆందోళనతో ఉంది. ఆ మర్నాడు తన బంధువుల ఇంట్లో పెళ్ళంట!! ఈ మధ్య పెళ్ళి గురించి ఏం విన్నా, ఎవరు మాట్లాడినా చాలా ఆందోళన పడిపోతోంది!

ఆ రోజు కాలేజీ వెనుక గేట్ దగ్గర ఇద్దరూ కలుసుకున్నప్పుడు, "కిషోర్, మనం రిజిస్టర్ మ్యారేజ్ చేసుకుందాం" అని ఉన్నట్టుండి అంది. కిషోర్ తత్తరపడ్డాడు.

తర్వాత నచ్చ చెప్పబోయాడు, బతిమాలాడు. వింటే కదా? ఈ బుజ్జగింపులు, అలిగి మాట్లాడకపోవటంలో మరో వారం గడిచిపోయింది.

చివరికి "రిజిస్టర్ మ్యారేజ్ చేసుకున్నా, ఎవరింట్లోనూ చెప్పకుండా చదువు కొనసాగిద్దామని" అపర్ణ పదే పదే చెప్పడంతో అయిష్టంగానే అందుకు ఒప్పుకున్నాడు.

ఈనాటి ఈ రైలు ప్రయాణం అందుకే, ఎవరికీ తెలియకుండా మరో ఊరిలో మనువాడేందుకే. కిషోర్ ఆ ముందు రోజే ఇద్దరు స్నేహితులతో అక్కడికి చేరుకున్నాడు.

గతానికి సంబంధించిన ఆలోచనల్లో ఉన్న అపర్ణ, పక్క సీట్లోని చంటి బిడ్డ తల్లి ఏడుపుతో వర్తమానంలోకి వచ్చింది.

★★★

ఆ బిడ్డ తల్లి ఎందుకో ఏడుస్తోంది, తమాయించుకోటానికి ప్రయత్నిస్తోంది, కానీ తన వల్ల కావట్లేదు. చుట్టుపక్కల కబుర్లు చెప్పుకుంటున్న వారంతా మధ్య మధ్య తనని గమనిస్తున్నారు గాని ఎవరూ తనని పలకరించలేదు.

ఏదో స్టేషన్ వస్తే, అపర్ణ కిందికి దిగి చిరు తిళ్ళు కొనుక్కొని, వెంటనే రైలు ఎక్కింది. రైలు కదిలాక, కిషోర్ కి కాల్ చేస్తే లైను కలవలేదు. ఇంతలో, ఎవరిదో అరుపు వినపడితే కంగారులో చేతిలో ఫోన్ జారిపోయింది .

అందరూ అటు, ఇటు గాబరాగా చూస్తుంటే అపర్ణ ఎదురు సీట్లో అంతకు ముందు కూర్చున్న వయసు మళ్ళిన జంటలో పెద్దాయన, చంటి బిడ్డ తల్లి చేయి పట్టుకుని తన సీట్ దగ్గరకు తీసుకు వచ్చి కూర్చోబెట్టారు.

చూస్తే, రైలు ఎక్కినప్పటి నుంచి తన చేతిలో ఉన్న బిడ్డ, ఇప్పుడు తన చేతిలో లేదు. ఆయన భార్య అడిగితే "ఆ చివరి బెర్త్ లో ఉంది, తీసుకు రా" అని ఆవిడతో అన్నారు.

పసిబిడ్డను తీసుకు వచ్చాక, ఆ అమ్మాయిని పెద్దాయన, ఆయన భార్య మెల్లగా ఓదార్చారు. ఆ అమ్మాయి కదులుతున్న రైల్ లోనించి దూకబోతుంటే వాళ్ళాయన ఆపారని తెలిసింది. కాస్త సమయం తరువాత తన గురించి ఇలా చెప్పింది.

"నా పేరు సురేఖ. రెండేళ్ళ క్రితం, డిగ్రీ లో చేరినప్పుడు, విరాజ్ అనే అతను నన్నిష్టపడ్డానన్నాడు. క్లాసులకు డుమ్మా కొట్టి మరీ, నా మీద ఇష్టాన్ని చూపేవాడు. మా అమ్మ, నాన్న ఇద్దరూ పొద్దున్నే పొలానికి వెళ్ళిపోయి చాలా అలిసిపోయి వచ్చేవారు. అప్పుడు, ఇంటి దగ్గర ఒక్కదాన్నే ఉండే నేను, ఫోన్ లో విరాజ్ తియ్యటి మాటలతో

మైమరచి పోయేదాన్ని. అమ్మ, నాన్న ఎప్పుడైనా ఆలస్యంగా వచ్చినా నాకు తేడా తెలిసేది కాదు" అని కొంచెం అలుపు తీర్చుకోడానికి ఆగింది. పక్కనున్న టీనేజ్ అమ్మాయిలు మంచి నీళ్ళు ఇచ్చారు తనకి.

తర్వాత, ఏం చెప్తుందో అని అపర్ణ ఆ అమ్మాయినే చూస్తోంది.

"ఒక రోజు ఇంట్లో వాళ్ళకి విషయం తెలిసిపోయింది. పెద్ద గొడవయ్యింది.

ఇంకొన్ని నెలల్లో పద్దెనిమిది ఏళ్ళు నిండబోతున్నాయి. నాకంతా తెలుసు అన్న ధైర్యమో, విరాజ్ అంటే ఉన్న పిచ్చి అభిమానమో, ఇంట్లో నుంచి పారిపోయి గుడిలో పెళ్ళి చేసుకున్నాం. కానీ కనీసం డిగ్రీ పూర్తి చేయకపోవడం వలన మా కాళ్ళపై మేము నిలబడలేకపోయాము. సరైన జాగ్రత్తలు తీసుకోకపోవడంతో, బిడ్డ తల్లినయ్యాను. కొన్ని రోజులకే నన్నంతగా ప్రేమించిన విరాజ్, నా బాధ్యత, బిడ్డ బాధ్యత చూసుకోలేక ఎటో వెళ్ళిపోయాడు." అంటూ భోరుమందిఆ చంటిబిడ్డ తల్లి సురేఖ.

"ఇప్పుడు ఏం చేయాలో తెలియక ఆత్మహత్య చేసుకోవాలనుకున్నావు. నిన్నొదిలి పారిపోయిన విరాజ్ లానే, నీ బిడ్డని నీవు వదిలి పెట్టేద్దామనుకున్నావు" అంటూ నిలదీసింది పెద్దావిడ. అప్పటిదాకా, శాంతంగా ఓదార్చిన పెద్దావిడ మాటల్లో కోపం చూసి, సురేఖ కంగారుపడింది .

"ఇంకా టీనేజ్ కూడా దాటకపోయినా ,18 వచ్చేస్తున్నాయి కాబట్టి పెళ్ళి లాంటి పెద్ద నిర్ణయం తీసుకున్నారు. ఇప్పుడు, మీ తోటి వాళ్ళు ఇంకా చదువుకునే వయసులో ఉండగానే, బాధ్యతలు మీద పడే సరికి మీరిద్దరూ చెరో రకంగా చేతులెత్తేస్తున్నారు" అని పెద్దావిడ కోపంగా చెప్తుంటే సురేఖ అడ్డు తగిలి,

"మా అమ్మ, నాన్న నాకు మెల్లిగా నచ్చ చెప్పి చెప్పి ఉంటే వినేదాన్నేమో "అని సమర్ధించుకుంది.

"ఎండనకా, వాననకా నీ కోసం పొలంలో కష్టపడి పని చేస్తూ, నిన్ను చదివించుకుంటున్న వారెక్కడ?? వయసు ఆకర్షణలో తప్పటడుగు వేసిన నువ్వెక్కడ?? నీకు ఇంత వయసు వచ్చినా ఇంకా నీ బాగోగులు చూస్తూ కష్టపడే వారి శ్రమ విలువ నీకెందుకు తెలియటం లేదు? ఈ రోజు నువ్వు తీసుకోబోయిన తొందరపాటు నిర్ణయాన్ని ఎవరి ద్వారానో తెలిస్తే వారు పడే క్షోభ ఊహించగలవా ??"

అంటూ కోపంగా మాట్లాడుతున్న ఆవిడను, పెద్దాయన భుజం తట్టి ఆపారు. కాస్త

అనునయంగా,

"తల్లీ, నీతో మీ ఇంటికి వస్తాం, మీ అమ్మ, నాన్నతో నీ పరిస్థితి మేము మాట్లాడతాము. ఆ తర్వాత ఆగిపోయిన నీ చదువుని కొనసాగించడం, కుదిరితే ఆ విరాజ్ తో కూడా మాట్లాడేలా మీ అమ్మ, నాన్నను ఒప్పిస్తాము "అంటుంటే

"ఇదంతా జరుగుతుందా అంకుల్, నేను మళ్ళీ చదువుకోగలనా" అని ఆశగా అడిగింది.

తమ కన్నా 2–3 ఏళ్ళ వయసు తేడా ఉన్న ఆమె వంక టీనేజ్ అమ్మాయిలు జాలిగా చూసారు. అప్పుడు పెద్దాయన, "కన్న వాళ్ళ మనసు, కొంచెం పిల్లలకి కష్టమొచ్చినా కరిగిపోయే మంచు ముక్కే తల్లీ ! ఆ విషయం మనం మీ అమ్మ, నాన్నతో మాట్లాడినప్పుడు నీకే తెలుస్తుంది" అని అన్నారు. లోతుకు పోయిన సురేఖ కళ్ళల్లో జీవితం మీద కొత్త ఆశ మిణుకు మిణుకుమంటుండగా చేతిలో చంటిబిడ్డ నక్షత్రంలా చిన్న చిరునవ్వు నవ్వింది!!

ఒక అరగంటలో, అపర్ణ దిగాల్సిన స్టేషన్ వచ్చింది. ఎదురుగా కిషోర్ అతని స్నేహితులు కనపడ్డారు.

"ఎన్ని సార్లు ఫోన్ చేసినా తియ్యవేమిటి? ఎంత కంగారు పడ్డానో తెలుసా?" అంటూ గాబరాగా చెమటలు తుడుచుకుంటూ అడిగాడు.

అప్పుడు, గుర్తుకు వచ్చింది అపర్ణకు, తాను చంటి బిడ్డ తల్లి సురేఖ అరుపు విన్నప్పుడు ఫోన్ జారవిడిచిన సంగతి.

కానీ ఏమి లాభం, తాను గ్రహించే లోపల రైలు కదిలి వెళ్ళిపోతోంది!!

కానీ, పది రోజుల క్రితం పద్దెనిమిది నిండిన తాము, అన్నీ తెలుసన్న ఆవేశంలో తీసుకున్న నిర్ణయంలోని లోపాన్ని మాత్రం ముందే సరిద్దుకోవాలి అని దృఢంగా అనుకుంది అపర్ణ.

తానడిగితే, ఏమి చేయడానికి అయినా సిద్ధపడే కిషోరే కాదు, అన్ని వేళలా తన ఉన్నతిని కోరే తల్లిదండ్రుల మనసును కూడా గెలిచేలా తన జీవితంలో ఎటు అడుగు వేయాలో ఇప్పుడు అపర్ణకు అర్థమవుతోంది .

వెళ్ళిపోతున్న రైలులో, సురేఖ జీవితం సరైన గమ్య స్థానం చేరడానికి వచ్చిన అవకాశంలానే, ఈనాటి తమ తొందరపాటు నిర్ణయం సరిదిద్దుకునే అవకాశం గురించి కిషోర్ తో మాట్లాడటానికి అపర్ణ ముందుకు నడిచింది.

ఎగిరే గువ్వా...నీ పయనమెటు ?

KASTURI VIJAYAM

📞 00-91 95150 54998
KASTURIVIJAYAM@GMAIL.COM

SUPPORTS

- PUBLISH YOUR BOOK AS YOUR OWN PUBLISHER.

- PAPERBACK & E-BOOK SELF-PUBLISHING

- SUPPORT PRINT ON-DEMAND.

- YOUR PRINTED BOOKS AVAILABLE AROUND THE WORLD.

- EASY TO MANAGE YOUR BOOK'S LOGISTICS AND TRACK YOUR REPORTING.

www.ingramcontent.com/pod-product-compliance
Lightning Source LLC
LaVergne TN
LVHW030323070526
838199LV00069B/6539
9788196915063